பாக். ஒரு புதிரின் சரிதம்

பாக். ஒரு புதிரின் சரிதம்

பா. ராகவன்

Title : PAK. ORU PUDHIRIN SARITHAM
Author's Name : PA. RAGHAVAN

Published by Ezutthu Prachuram

Ezutthu Prachuram
(An imprint of Zero Degree Publishing)
No.55(7), RBlock,
6th Avenue, Anna Nagar
Chennai - 600040

Website: www.zerodegreepublishing.com
E Mail id: zerodegreepublishing@gmail.com
Phone : 98400 65000

Ezutthu Prachuram First Edition: February 2021
ISBN : 978-93-90884-50-6
TITLE NO EP : 184

Cover Art : Rajan PR
Layout : Vidhya Velayudham

Author's Home Page: https://writerpara.com
Email: writerpara@gmail.com

வணக்கங்களுடன்

என் ஆசிரியர் செ. இளங்கோவன்
அவர்களுக்கு

பொருளடக்கம்

1. மூன்றாவது யோசனை

__24__ ஆகஸ்ட் 1947.

இந்தத் தேதியில் ஏதாவது முக்கியத்துவம் இருப்பதாகத் தெரிகிறதா? சரித்திரப் பிரசித்திபெற்ற சம்பவம் ஏதாவது நினைவுக்கு வருகிறதா? உலகம் மறக்கக்கூடாத ஏதாவது ஒன்று நிகழ்ந்ததாக ஞாபகத்தில் தட்டுப்படுகிறதா?

இல்லை என்று உடனே சொல்பவர்கள் வரலாற்றுப் புலிகள். உண்மையும் அதுதான். சரித்திரத்தில் இடம்பெறும் அளவுக்கு அன்று ஏதும் நடக்கவில்லைதான். ஆனால், இரு தேசங்களின் சரித்திரத்தையே நிரந்தரமாகப் பகையில், வன்மத்தில், ரத்தத்தில் தோய்த்து எடுக்கப்போகிற விதமாகப் பின்னால் நடக்கவிருக்கிற யுத்தங்களுக்கு அன்றுதான் பிள்ளையார் சுழி போடப்பட்டது.

போட்டவருக்கே கூடத் தெரியாது, இப்படியெல்லாம் நடக்கக் கூடும் என்று.

சுதந்தரம் அடைந்து சரியாகப் பத்து நாள்கள்தான் ஆகியிருந்தன. பாகிஸ்தானின் தந்தை முகம்மது அலி ஜின்னாவால் அந்த சந்தோஷத்தை முழுமையாக அனுபவிக்க முடியவில்லை. கிழக்கு பஞ்சாப்பிலும் ஏனைய எல்லைப்புற தொல்லைப் பிராந்தியங்களிலும் நடந்து கொண்டிருந்த கலவரம் மட்டும் காரணமில்லை. நாடு விட்டு நாடு மாறும் லட்சக்கணக்கான மக்களில் பலர், பசியாலும் நோயாலும் வன்முறைகளாலும் செத்து வீழ்ந்துகொண்டிருந்தது மட்டும் காரணமில்லை. புதிய தேசம், புதிய அரசு, புதிய சட்டதிட்டங்கள். மக்கள் மனம் கசங்காமல் எப்படி ஆளப் போகிறோம், பணத்துக்கு என்ன வழி என்கிற கவலை

மட்டும் காரணம் இல்லை.

இது வேறு காரணம். சொந்தக் காரணம். கொஞ்சம் சோகக் காரணமும்கூட.

ஜின்னாவுக்கு நுரையீரலில் பிரச்னை இருந்தது. பருவகால மாறுதலுக்கு ஏற்ப அவருக்கு இருந்த காசநோயின் தீவிரம் கூடியும் குறைந்தும் படாதபாடு படுத்திக்கொண்டிருந்தது. ஒரு லட்சிய இஸ்லாமிய தேசம் அவர் கனவாக இருந்தாலும், இந்த நோய் தன்னை எவ்வளவு தூரம் செயல்பட வைக்கும் என்கிற சந்தேகமும் அவருக்கு இருந்தது.

ஓய்வு தேவை, ஓய்வு தேவை என்று அவரது மருத்துவர்கள் விடாமல் வற்புறுத்திக்கொண்டே இருந்ததால் ஜின்னா ஒரு முடிவுக்கு வந்தார். அன்றுதான் ஆகஸ்ட் 24.

தனது ராணுவச் செயலாளராக இருந்த அந்த பிரிட்டிஷ்காரரைக் கூப்பிட்டார் ஜின்னா.

"மிஸ்டர் பிர்னி, ஒரு பதினைந்து நாள்களாவது ஓய்வெடுக்கலாம் என்று நினைக்கிறேன். நீங்கள் உடனே காஷ்மீருக்குச் சென்று, செப்டம்பரில் நான் அங்கு வந்து தங்குவதற்கு ஏற்பாடு செய்து விடுங்கள். உடனே உடனே!"

விதி அந்த உத்தரவுக்குள் ஒளிந்துகொண்டு நின்று சிரித்தது அப்போது ஜின்னாவுக்குத் தெரியாது.

ஓய்வு என்று தோன்றிய மறுகணம், காஷ்மீர் என்று தோன்றுவது அந்நாளில் அத்தனை வசதியுள்ள வடக்கர்களுக்கும் இயல்பான ஒரு விஷயம். காஷ்மீரில் அப்போது ரத்தம் கிடையாது. குண்டு சத்தம் கிடையாது. தீவிரவாதம், பயங்கரவாதம், பக்கவாதம் எதுவும் கிடையாது.

மடிப்புகளில் கவிதை சொல்லும் மலைகள். அதன் இடுக்குகளில் உருகி ஓடும் நதிகள். பனி போர்த்திய பசுமை. செல்லக் குளிர். படகுகளில் கட்டிய வசந்த மாளிகைகள். அமைதிக்குக் கொலுசு மாட்டும் ஏரிகள். தென்றல், சுகம், சௌகர்யம்.

அப்போதெல்லாம் பல சுதந்தர வீரர்கள்கூட, ஜெயிலுக்குப் போய் வந்த களைப்பு தீர, காஷ்மீருக்குத்தான் ரயில் பிடிப்பது வழக்கம்.

ஜின்னாவுக்கும் காஷ்மீர் பிடிக்கும். அம்மாநிலத்தின் இண்டு இடுக்குகளெல்லாம் அவருக்கு அத்துப்படி. எத்தனையோ பல சந்தர்ப்பங்களில் நடந்தே சுற்றி, இன்ச் இன்ச்சாக அனுபவித்திருக்கிறார். உடம்பு சொஸ்தத்துக்கும் சரி, மன அமைதிக்கும் சரி காஷ்மீருக்குப் போய் வருவதுதான் சரியான வழி என்று அவருக்குத் தோன்றியதில் வியப்பில்லை. அதனால்தான் கர்னல் வில்லியம் பிர்னியிடம் ஏற்பாடு செய்யச் சொன்னார்.

காஷ்மீர் அப்போது இந்தியாவிலும் இல்லை, பாகிஸ்தானிலும் இல்லை. பிரச்னையின் ஆரம்பமே அதுதான்!

சுதந்தரத்துக்கு முன் இந்தியாவின் சில பகுதிகள் சமஸ்தானங்களாக, குறுநில ராஜாக்களால் ஆளப்பட்டு வந்த கதை தெரியுமல்லவா? ராஜாக்கள் என்று பெயர்தானே தவிர, அவர்களுக்கு ஒரு மாவட்ட கலெக்டருக்கான அதிகாரங்கள்தான் இருந்தன. பிரிட்டிஷ் அரசின் உத்தரவில்லாமல், ஒரு கொசுவர்த்திச் சுருள் கொளுத்தி வைக்கக்கூட அவர்களால் முடியாது. தவிர, தேசத்தின் பெரும்பகுதி பிரிட்டிஷாரின் நேரடி ஆட்சியிலும், இந்தச் சிறுபான்மை சமஸ்தானங்கள் மட்டும் டப்பிங் வாய்ஸ் ஆட்சியிலும் இருந்ததால், எல்லா விஷயங்களிலுமே அடக்கி வாசிக்கவேண்டிய கட்டாயம் இந்தக் குட்டி ராஜாக்களுக்கு இருந்தது.

சுதந்தரத்தின்போது பெரும்பாலான சமஸ்தானங்கள் தேசத்துடன் தாமாகவே முன்வந்து இணைய, காஷ்மீர், ஐதராபாத் போன்ற சில சமஸ்தானங்கள் மட்டும் இந்தியாவுடனோ, பாகிஸ்தானுடனோ இணையாமல், தனி ஆவர்த்தனம் செய்யவிரும்பின.

குறிப்பாக, காஷ்மீர் ராஜா ஹரிசிங்குக்கு சுத்தமாக விருப்பமே இல்லை.

''நீங்கள் இந்தியாவுடனோ பாகிஸ்தானுடனோ இணைந்து விடுவதுதான், உங்களுக்கும் உங்கள் மக்களுக்கும் நல்லது. இல்லாவிட்டால், பிறகு, சுற்றியுள்ள அத்தனை தேசங்களும் உங்களை சட்னியாக்கிவிடும்'' என்று காரண காரியங்களை விவரித்து மவுண்ட்பேட்டனே நேரில் சென்று ஹரிசிங்கை எச்சரித்தும், அவர் சுத்தமாக மறுத்துவிட்டார்.

காரணம், மிக விசித்திரமானது.

ஹரிசிங்கின் தாத்தா காலத்தில் அதாவது சுதந்தரத்துக்குச் சுமார் நூறு வருஷங்கள் முன்பு, காஷ்மீரும் பிரிட்டிஷ்காரர்களின் ஆட்சிக்கு உட்பட்டுத்தான் இருந்தது. ஆனால் ஒரு சந்தோஷமான விருந்துபசாரத்தின் இறுதியில், பிரிட்டிஷ் ஆட்சியாளர்கள் காஷ்மீரை ஹரிசிங்கின் தாத்தாவுக்கு 'விற்க' ஒப்புக்கொண்டார்கள்!

விலை, அறுபது லட்சம் ரூபாய். இன்றைக்கு அறுபது லட்சத்தில், போயஸ் கார்டனில் ஒரு கர்ச்சிப் அளவு நிலம் வேண்டுமானால் வாங்கலாம். அன்று ஒரு மாநிலத்தையே 'வாங்க' முடிந்திருக்கிறது.

அதுவல்ல விஷயம். "காஷ்மீர் எங்கள் பரம்பரை சொத்து. இதை நான்தான் ஆள்வேன். ஒருபோதும், இந்தியாவுடனோ பாகிஸ்தானுடனோ இணைக்கச் சம்மதிக்க மாட்டேன்" என்று ஹரிசிங் கூறிவிட்டதுதான் பிரச்னையின் ஆணிவேர்.

நேருவும் படேலும் மற்ற சமஸ்தானங்களை தேசத்துடன் இணைக்கும் சட்டபூர்வ சங்கதிகளுடன் மல்லுக்கட்டிக் கொண்டிருந்த அந்த சந்தர்ப்பத்தில்தான், ஜின்னா காஷ்மீருக்கு பதினைந்து நாள் டூருக்கு திட்டமிட்டுக் கொண்டிருந்தார்.

ஜின்னா வந்து தங்குவதற்கான ஏற்பாடுகளைச் செய்ய, முன்னதாக காஷ்மீருக்குச் சென்ற அவரது ராணுவச் செயலாளர் கர்னல் வில்லியம் பெர்னிக்கு, அங்கே ஓர் அதிர்ச்சி காத்திருந்தது.

"என்னது? ஜின்னா வருகிறாரா? ஒரு டூரிஸ்டாகக்கூட அவர் காஷ்மீர் மண்ணில் காலடி எடுத்துவைக்க அனுமதிக்க மாட்டேன்!" என்று கட் அண்ட் ரைட்டாகச் சொல்லிவிட்டார் ஹரி சிங்.

ஆடிப்போன பெர்னி, திரும்பிவந்து ஜின்னாவிடம் விஷயத்தைச் சொன்னதும் அவர் அதிர்ந்தார்.

கனவில்கூட நினைத்துப் பார்த்திருக்க முடியாத அவமானம். நம்ப முடியவில்லை ஜின்னாவால். கோபத்தில் அவரது சிவந்த முகம், மேலும் கனிந்து புகைந்தது.

பிரதம மந்திரி லியாகத் அலிகான், ராணுவ உயர் அதிகாரிகள் உள்ளிட்ட ஒரு குழுவே அமர்ந்து இதுகுறித்து யோசித்தது.

ஜின்னாவுக்கு நேர்ந்த அவமானம் என்பதைவிட, பாகிஸ்தானின்

மிகப்பெரியஒருஎதிர்பார்ப்புக்கேதீவைத்ததுபோலஅவர்களுக்குப் பட்டது, ஹரிசிங்கின் அந்த மறுப்பு.

எப்படியும் கொஞ்சநாளில் காஷ்மீர், பாகிஸ்தானுடன் தன்னை இணைத்துக்கொண்டுவிடும் என்று உறுதியாக நம்பிக் கொண்டிருந்தார்கள், புதிய பாகிஸ்தானின் புதிய ஆட்சியாளர்கள்.

காரணம், அங்கே ஓர் இந்து மன்னர் ஆண்டு கொண்டிருந்தாலும், எழுபத்தைந்து சதவீத மக்கள் முஸ்லிம்கள்தான். ஆகவே, இயல்பாகவே காஷ்மீரிகள் இந்தியாவைக் காட்டிலும், பாகிஸ்தானே சரியான தேர்வு என்று நினைக்கக்கூடும் என்பது அவர்கள்கணிப்பு. ஆனால், தீவிர ஹிந்துவான ஹரிசிங், ஒருபோதும் காஷ்மீரை பாகிஸ்தானுடன் இணைக்கச் சம்மதிக்கமாட்டார் என்பது புரிந்து போனது.

வேறு வழியில்லாமல், பாகிஸ்தான் பிரதமர் லியாகத் அலிகான் லாகூரில் ஒரு ரகசியக் கூட்டத்துக்கு ஏற்பாடு செய்தார். தேர்ந்தெடுக்கப்பட்ட ராணுவ அதிகாரிகளும் ராஜதந்திரிகளும் மட்டும் கலந்துகொண்ட அந்த சதியாலோசனைக் கூட்டத்தில், காஷ்மீரை பாக்.குடன் இணைக்க மூன்று வழிகள் கூறப்பட்டன.

முதலாவது, போர்.

இந்த யோசனையை கூட்டம் உடனடியாக நிராகரித்தது. புதிய தேசத்துக்கான கட்டுமான வேலைகளே அப்போதுதான் தொடங்கியிருக்கும் நிலையில், காஷ்மீருக்காக ஒரு நேரடி யுத்தம் என்பது சத்தியமாக முடியாது. அநாவசிய இழப்புகள்தான் லாபமாக இருக்கும் என்று நினைத்தார்கள்.

இரண்டாவதாக ஒரு யோசனையை, கர்னல் அக்பர்கான் என்கிற பாக். ராணுவ உயர் அதிகாரி முன்வைத்தார்.

அதன்படி, காஷ்மீர் முஸ்லிம் மக்களுக்கு பணமும் ஆயுதமும் நிறைய அளிப்பது. பல மாதகாலம் பிடிக்கும் என்றாலும், அவர்கள் நம்மவர்கள் என்கிற உணர்வை முதலில் உண்டாக்க வேண்டும்.

நிச்சயம், சுமார் ஐம்பதாயிரம் காஷ்மீரி முஸ்லிம்களாவது பாகிஸ்தான் ஆதரவாளர்களாக ஆகிவிடுவார்கள். ஹரிசிங்கை வீழ்த்திவிட்டு, காஷ்மீரை பாகிஸ்தானுடன் இணைக்கும் பணியை

பிறகு அவர்களே பார்த்துக் கொள்வார்கள்.

இந்த யோசனை குறித்து சிந்தித்துக் கொண்டிருக்கும் போதுதான், மூன்றாவதும் மிக முக்கியமானதுமான ஒரு யோசனையை முன்வைத்தார், பாகிஸ்தானின் வடமேற்கு எல்லைப்புற மாநிலத்தின் (ஆப்கன் எல்லையில் உள்ளது) முதலமைச்சர்.

சதி ஆலோசனையில் ஈடுபட்டிருந்த அத்தனை பாக். அதிகாரிகளையும் வாயடைக்கச் செய்துவிட்டது அந்த யோசனை.

2. கூப்பிடு, கொலைகாரர்களை!

அந்த யோசனையை அநேகமாக யாரும் எதிர்பார்க்கவில்லை. சொல்லப்போனால், இதெல்லாம் நடக்கிற கதையா என்று ஆரம்பத்தில் சற்று இளக்காரமாகவே நினைத்தார்கள். ஆனால், வடமேற்கு எல்லைப்புற மாகாண முதல்வர் தம் யோசனையையும் வெற்றிக்கான சாத்தியங்களையும் விவரிக்க, விவரிக்க, கூட்டம் வாயடைத்துப் போனது.

பிரச்னை என்ன? சிம்பிள். காஷ்மீர் மன்னர் வாலாட்டுகிறார். அவரை வீழ்த்திவிட்டு, காஷ்மீரை பாகிஸ்தானுடன் இணைத்துவிட வேண்டும். அவ்வளவுதானே?

இதற்கு நேரடி யுத்தம் உதவாத பட்சத்தில், மறைமுக யுத்தம்தான் ஒரே வழி.

யுத்தம் நடக்கவேண்டும். ஆனால் பாக். ராணுவம் நேரடியாகச் சம்பந்தப்படக்கூடாது. சாதாரண மக்களைப் போர்க்களத்துக்கு அனுப்பமுடியாது. ஆனால், காட்டான்களை அனுப்பலாமே?

“யார்?” படபடப்புடன் கேட்டார் பிரதமர் லியாகத் அலிகான்.

“பதான் ஆதிவாசிகள்!” என்றார், எல்லைப்புறத்து முதல்வர்.

ஆப்கனிஸ்தான் எல்லை ஓரம், கைபர் கணவாயை ஒட்டிய பாகிஸ்தானின் குக்கிராமங்களில் வசித்துவந்த ஆயிரக்கணக்கான ஆதிவாசிகள், பாக். அரசுக்கு அப்போது பெரும் தலைவலி தரக்கூடியவர்களாயிருந்தார்கள். கல்வி வாசனை துளியும் இல்லாத அம்மக்களுக்கு, ஆயுதங்களுடன் நல்ல சிநேகம் இருந்தது. அரை பிளேடு, பிச்சுவாவில் ஆரம்பித்து, நாட்டுத்துப்பாக்கி வகையறாக்கள்

வரை கையாண்டு, கொலை, கொள்ளை என்று எல்லையில் எப்போதும் ரத்த விளையாட்டு ஆடிக்கொண்டிருந்தார்கள். காசுக்குக் கை, கால்களை வெட்டி, வீசைக்கு மனிதநேயத்தை விற்று வந்தார்கள்.

இவர்களை காஷ்மீருக்கு அனுப்பலாம் என்று அம்மாகாண முதல்வர் சொன்னதற்கு இன்னொரு காரணமும் இருந்தது.

பாகிஸ்தானுக்கும் ஆப்கனுக்கும் அன்று அத்தனை உத்தமமான உறவு கிடையாது. ஆப்கனை ஆண்டு கொண்டிருந்த சுல்தான், எப்படியாவது புதிய பாக். அரசை வீழ்த்திவிட்டு, தம் நாட்டின் எல்லையை, சிந்து நதி வரைக்கும் விஸ்தரித்துவிட வேண்டும் என்று நேரம் கிடைக்கும்போதெல்லாம் கனவுகண்டு வந்தார்.

பாகிஸ்தானின் வடமேற்கு எல்லை மாகாணத்தின் (பிரிட்டிஷ் அரசின்) கடைசி கவர்னராக இருந்த சர் ஒலாஃப் கேரோவுக்கு நம்பத் தகுந்த வட்டாரங்கள் மூலம், வேறொரு அதிர்ச்சிகரமான தகவலும் கிடைத்திருந்தது.

அதன்படி, அந்த பதான் ஆதிவாசிகளைத் தூண்டிவிட்டு, அவர்கள் மூலமாகவே கராச்சியைக் கைப்பற்ற ஆப்கன் மன்னர் முயற்சிப்பதாகத் தெரியவந்தது.

ஆப்கன் மன்னரின் சதியையும் முறியடிக்க வேண்டும்; காஷ்மீர் மன்னரின் விதியையும் மாற்றி எழுத வேண்டும்.

ஒரே வழி, பதான் ஆதிவாசிகளை அந்தப் பிராந்தியத்தைவிட்டுக் கிளப்பி, காஷ்மீருக்கு அனுப்புவதுதான்.

"ஆதிவாசிகளுக்கு இதில் என்ன லாபம் இருக்கிறது? எதற்காக நாங்கள் காஷ்மீருக்குப்போக வேண்டும் என்று அவர்கள் கேட்டால்?" கர்னல் அக்பர்கான் புதிய சந்தேகத்தைக் கிளப்பினார்.

"ரொம்ப சுலபம். 'நீங்கள் போர் புரிவது காஷ்மீரில் சிக்கியிருக்கும் நமது சொந்த முஸ்லிம் சகோதரர்களைக் காப்பாற்றுவதற்காக; அதற்குப் பலனாக நீங்கள் ஸ்ரீநகரை கொள்ளையடித்துக் கொள்ளுங்கள்' என்று சொல்லிவிடலாம்" என்றார் எல்லை மாகாண முதல்வர்.

பரபரவென்று இத்திட்டத்தின் சாதக பாதகங்கள் அலசப்பட்டன. மிகுந்த அபாயகரமான ஆதிவாசிகளை ஒருங்கிணைத்து அவர்களுக்குள் போர் வெறியைத் தூண்டும் பொறுப்பு, மேஜர் குர்ஷித் அன்வர் என்பவரிடம் ஒப்படைக்கப்பட்டது. (இவர் முன்பு பிரிட்டிஷ் ஆட்சியின்போது இந்திய ராணுவத்தில் இருந்தவர். ராணுவ வீரர்களுக்கான உணவுப் பொருள்களை வாங்க ஒதுக்கப்பட்ட நிதியைக் கையாடிய குற்றத்துக்காக, ராணுவத்திலிருந்து நீக்கப்பட்டவர்.)

மணிக்கணக்கில் நீண்ட ஆலோசனைக் கூட்டத்தின் இறுதியில், பிரதமர் லியாகத் அலிகான் தொண்டையைச் செருமிக்கொண்டு பேச ஆரம்பித்தார்.

"திட்டத்தின் அபாயம் உங்கள் அனைவருக்கும் முழுமையாகப் புரிந்திருக்கும் என்று நினைக்கிறேன். இது எத்தனை ரகசியமாக நடத்தப்பட வேண்டும் என்பது குறித்து இப்போது பேசலாம்.

ஆதிவாசி தலைவர்களை முதலில் கராச்சிக்கு வரவழைக்க வேண்டும். பாதுகாப்பான ரகசிய இடத்தில், மேஜர் குர்ஷித் அவர்களைச் சந்தித்துப் பேசுவார். காஷ்மீர் மக்களில் பெரும்பான்மையானவர்கள் முஸ்லிம்கள்தான். காஷ்மீரை பாக். குடன் இணைக்கமாட்டேன் என்று ஹரிசிங் சொன்னால், அது மக்கள் விரோதம். இதை அந்த ஆதிவாசிகளுக்கு முதலில் புரிய வைக்க வேண்டும்.

பிறகு, இந்த ஆபரேஷனுக்கான நிதி உதவி. அது பிரதமர் அலுவலகத்திலிருந்தே ரகசியமாக வழங்கப்படும்.

ஆதிவாசிப் படை காஷ்மீர் எல்லைவரை சென்றுசேர, வாகனங்கள் ஏற்பாடு செய்யப்படும். அவர்களுக்கான ஆயுதங்கள், உணவு எல்லாம் முன்னதாகவே அங்கு சென்று சேர்ந்திருக்கும். நம் படைக்கு சைரப் கயாத்கான், பாதுகாப்பாகத் தலைமை தாங்கிச்செல்வார்..."

கூட்டம் கலைந்தவுடன் ஏற்பாடுகள் தீவிரமாக நடைபெற ஆரம்பித்தன. நீண்ட தாடியும் தொளதொளத்த அழுக்கு உடைகளும் குரோதம் கொப்பளிக்கும் விழிகளும் தோளில் ஆடிய நாட்டுத் துப்பாக்கிகளுமாக, ஆதிவாசித் தலைவர்கள் தலைநகருக்கு வந்துசேர்ந்தார்கள்.

திட்டத்தின் முக்கியத்துவத்தையும், அதைச் செயல்படுத்த உள்ள வழிவகைகளையும் மேஜர் குர்ஷித் அவர்களுக்கு விளக்கினார்.

"காஷ்மீரை பாகிஸ்தானுடன் இணையுங்கள். பரிசாக, ஸ்ரீநகரை நீங்கள் கொள்ளையடித்துக் கொள்ளுங்கள்" என்கிற உத்தரவாதம் அவர்களை மகிழ்ச்சியில் ஆழ்த்தியது.

'ஜிகாத்' என்கிற பதம் அரசியல் ரீதியில் முதன் முதலில் பயன்படுத்தப்பட்டது அப்போதுதான்.

'காஷ்மீருக்காக ஒரு புனிதப் போர்' என்கிற ரகசிய அறிவிப்புடன் அந்தப் படை பாகிஸ்தான் காஷ்மீர் எல்லைக்கு அக்டோபர் 22ம் தேதி வந்துசேர்ந்தது.

சரியான இருள். எலும்பை நொறுக்கும் குளிர். எதிரே அலைபுரண்டு ஓடுகிற ஜீலம் நதியின் களேபர சலசலப்பு தவிர, வேறு சப்தம் இல்லை.

தனது 'ஸ்டேஷன்வேகன்' வண்டியின் இன்ஜினை அணைத்துவிட்டு அமைதியாக அமர்ந்திருந்தான், இருபத்தி மூன்றே வயதான சைரப் கயாத்கான். அவனுக்குப் பின்னால் அணி வகுத்திருந்த டிரக்குகளில் ஆயிரக்கணக்கான ஆதிவாசிகள், அவரவர் ஆயுதங்களுடன். பாதுகாப்புக்கு வந்திருந்த பாக். ராணுவ அதிகாரிகள், எதிர்ப்புறத்திலிருந்து 'சிக்னலு'க்காகக் காத்திருந்தார்கள்.

காஷ்மீரின் எல்லைப் பாதுகாப்புப் பணியில் ஈடுபட்டிருந்த ஹரிசிங்கின் சிறுபடையில் அதிகாரிகளாக இருந்தவர்களுள், பெரும்பான்மையினர் ஹிந்துக்கள். ஆனால், சிப்பாய்களுள் அதிகம் பேர் முஸ்லிம்கள்.

அந்த முஸ்லிம் வீரர்களுள் சிலரைத் தூண்டிவிட்டு, அதிகாரிகளைக் கொன்று, ஸ்ரீநகருக்குச் செல்லும் டெலிபோன் ஒயர்களைத் துண்டித்துவிட 'ஏற்பாடு' செய்திருந்தது பாக். ராணுவம்.

இதைஅவர்கள்சரியாகச்செய்துமுடித்து,சிக்னல்தர÷வண்டியதுதான் பாக்கி.

உடனே, ஜீலம் நதியின் குறுக்கே விரிந்து கிடக்கிற பாலத்தில் பாக். படை ஏறிவிடும்.

எல்லையைத் தொடுவதற்குச் சில மணிநேரம் போதும். பிறகு பதுங்கிப் பதுங்கி முன்னேறினாலும், 135 மைல் தூரத்திலுள்ள ஸ்ரீநகரை, ஓரிரு நாள்களில் அடைந்துவிடலாம்.

சைரப்கான் யோசித்துக் கொண்டிருந்தபோதே, எதிர்ப்புறம் மின்சாரம் நின்றுபோய், விளக்குகள் அணைவது தெரிந்தது. அதுதான் சிக்னல்.

தன் வண்டியின் இன்ஜினை உயிரூட்டிவிட்டு பின்புறம் திரும்பிப் பார்த்தான்.

அவ்வளவுதான். அத்தனை பேரும் புறப்பட்டார்கள்.

மிகக் கடினமானதும், அலுப்பூட்டுமளவுக்கு நீளமானதுமான இமயமலையின் குறுகிய பாதைகளில் அவர்கள் அணிவகுத்துக் கிளம்பினார்கள்.

சைரப் கயாத்கான் படு உற்சாகத்தில் இருந்தான். மறுநாள் பொழுதுவிடிகிற வேளையில், காஷ்மீர் தன் படைகளின் வசமாகிவிடும் என்கிற நினைப்பே அவனுக்கு இனித்தது.

ஆனால், விதி வேறுவிதமாக நினைத்தது!

முஸஃபராபாத் என்கிற அந்த எல்லைப்புறத்திலிருந்த சிறு டவுனுக்குள் நுழைந்தவுடன், பாக்.கின் ஆதிவாசிப் படைக்குக் குஷி வந்துவிட்டது. அவர்கள் காஷ்மீரை மறந்தார்கள். 'ஜிகாத்'தை மறந்தார்கள். ஸ்ரீநகரை அடைய இன்னும் எழுபத்தைந்து மைல்கள் சென்றாகவேண்டும் என்பதையும் மறந்துவிட்டார்கள்!

ஓரளவு வசதியான முஸஃபராபாதின் கடைவீதிகளுக்குள் புகுந்து, கதவுகளை உடைத்து, கொள்ளையடிக்க ஆரம்பித்துவிட்டார்கள்!

"நீங்கள் என்ன செய்து கொண்டிருக்கிறீர்கள்? நாம் ஸ்ரீநகருக்குப் போகவேண்டும் என்பது மறந்துவிட்டதா?"

குரல்வளை உடைந்துவிடும் அளவுக்கு சைரப்கான் கத்தியது எதுவுமே அவர்கள் காதில் விழவில்லை.

அவர்கள் காதில் விழாவிட்டாலும், நியாயமாக காஷ்மீர் மன்னர் ஹரிசிங்கின் காதிலாவது, எப்படியாவது விழுந்திருக்க வேண்டும்.

ம்ஹூம்!

கழுத்துக்குக் கத்தி வருகிற அபாயம் தெரியாமல், தன் ஸ்ரீநகர் அரண்மனையில் சுகமாக உறங்கிக் கொண்டிருந்தார் ஹரி சிங்.

ஒருவழியாகஆதிவாசிகளைத்திரட்டி, மீட்டு, மீண்டும்பயணத்தைத் தொடர்ந்த சைரப்கானுக்கும் அதுதான் ஒரே நிம்மதி; பரவசம். 'ஹரி சிங்குக்குத் தெரியாது.'

ஆனால், சைரப் கானுக்குத் தெரியாது; அவனது படை ஜீலம் நதியைக் கடந்த நாற்பத்தெட்டாவது மணி நேரத்தில், விஷயம் புது டில்லிக்குத் தெரிந்துவிட்டது என்பது!

சுமார்ஆயிரம் மைல் இடைவெளியில் வசித்துவந்த இரு நண்பர்கள், தற்செயலாக இந்தியாவுக்குச் செய்த மிகப்பெரிய உதவி அது!

3. உறங்கும்போதே சுட்டுவிடு

மேஜர் ஜெனரல் டக்ளஸ் கிரேஸியும், லெப்டினன்ட் ஜெனரல் சர் ராப் லாக்ஹர்ட்டும், தங்கள் உத்தியோகத்தைத் தாண்டி நெருக்கமான நண்பர்கள். பிறப்பால் ஆங்கிலேயர்கள் என்றாலும், நீண்டநாள் பணியாற்றிய இந்தியாவின் மேல் மாளாத காதல் நோய் அவர்களுக்கு. குறிப்பாக லாக்ஹர்ட், சுதந்தர இந்தியாவை, நேருவின் தோழர்கள் எப்படி ஒரு குடையின் கீழ் கொண்டுவந்து ஆளப்போகிறார்கள் என்பதைக் காண மிகுந்த ஆர்வமுடன் இருந்தார்.

இது குறித்து அவ்வப்போது தம் நண்பர் டக்ளஸுடனும் மணிக் கணக்கில் பேசுவார்.

ஆனால் இந்தியா இரண்டாகப் பிரிந்தபோது, டக்ளஸ் பாகிஸ்தானிலும், லாக் ஹர்ட் புதுடில்லியிலும் இருக்க வேண்டியதாயிற்று.

பிரச்னை இல்லை. தொலைபேசித் துறை எதற்கு இருக்கிறது என்று அவர்கள் நினைத்திருக்கக்கூடும்.

ஆனால் பிரிவினையின்போது நடந்த களேபரத்தில், ஒரு துண்டு ஒயரைக்கூட மிச்சம் வைக்காமல் தொடர்புகளை முற்றிலுமாகத் துண்டித்துவிட்டார்கள்.

பாகிஸ்தானின் ஆதிவாசிப் படை காஷ்மீருக்குள் ஊடுருவி இருக்கிற செய்தி, சில புலனாய்வுப் புள்ளிகள் மூலம் டக்ளஸுக்குக் கிடைத்தபோது, அதை இந்தியாவிலிருக்கும் அவரது நண்பர் லாக்ஹர்ட்டுக்குத் தெரிவிக்க என்ன வழி என்று யோசித்தார்.

அதிசயமாக ஏதாவது ஒரு லைனாவது உயிரோடு இருக்கும் என்கிற அவரது யூகம் பொய்க்கவில்லை.

ராவல்பிண்டியில் ஒரு தொலைபேசி. அதன் எண் 1704. புதுடில்லியில் ஒரு தொலைபேசி. இதன் எண் 3017.

அது பிரைவேட் லைன். அதாவது, ராணுவ உபயோகத்துக்காக உயிரோடு இருந்த ஒரே லைன்.

போதுமே?

டக்ளஸ் சற்றும் தயங்கவில்லை. உடனே லாக்ஹர்ட்டைக் கூப்பிட்டு தனக்குக் கிடைத்த விவரங்களைப் பதறிச் சொன்னார். எத்தனை பேர் ஆதிவாசிகள்? கையிலிருப்பது என்னென்ன ஆயுதங்கள்? ஸ்ரீநகருக்கு மேற்கே எத்தனையாவது மைலில் மையம் கொண்டிருக்கிறது ஆபத்து?

காதில் உதிர்ந்த விவரங்களை கவனமாகக் கேட்டு, ஒரு துண்டு பேப்பரில் குறித்துக்கொண்டார் லாக் ஹர்ட். தன்னுடைய மிக முக்கியமான வேறு இரு நண்பர்களுக்கு அந்தத் தகவலை ரகசியமாகத் தெரியப்படுத்தினார். ஒருவர், ஃபீல்ட் மார்ஷல் அச்சின்லக்; இன்னொருவர், மவுண்ட்பேட்டன். தெரியுமல்லவா? கவர்னர் ஜெனரல்.

லாக் ஹர்ட்டிடமிருந்து போன் வந்தபோது மவுண்ட்பேட்டன், ட்ரெஸ் பண்ணிக்கொண்டிருந்தார். ஒரு முக்கியமான பார்ட்டிக்குக் கிளம்புகிற அவசரம். பிரதமர் நேரு தொடங்கி, அத்தனை மிக முக்கியஸ்தர்களும் கலந்துகொள்கிற பார்ட்டி. காரணம், தாய்லாந்து வெளியுறவு அமைச்சர் வந்திருக்கிறார். சுதந்தர இந்தியாவைச் சுற்றிப் பார்த்து நல்லுறவு வளர்க்கவும், வேறு பல அரசாங்க விவகாரங்களைப் பேசித் தீர்க்கவும். அவருடன்தான் பார்ட்டி.

ஆனால், லாக்ஹர்ட் காதில் போட்ட தகவல் சாதாரணமானதல்ல. அள்ளி அணைக்க வருகிற அபாயம். எதுவும் நடக்கலாம். ஹரி சிங் வீழ்த்தப்படலாம். காஷ்மீர் களவாடப் படலாம். உச்சந்தலைக்கு உபத்திரவம் வந்தால் உடம்புக்கு என்ன என்று இருந்துவிட முடியாது.

நிலைகொள்ளவில்லை மவுண்ட்பேட்டனுக்கு.

பார்ட்டி முடிகிற வரை பல்லைக் கடித்துக்கொண்டு இருந்துவிட்டு, தாய்லாந்து அமைச்சர் விடைபெற்றுப் போன பிறகு, நேருவிடம் விஷயத்தைச் சொன்னார்.

பதறிவிட்டார் நேரு. காரணம், அவர் கமலாவை மணப்பதற்கு முன்பிருந்தே காஷ்மீரைக் காதலித்து வந்தவர்!

அவசர அவசரமாக காபினட் கூட்டப்பட்டது. காஷ்மீரின் நிலை குறித்து ஆழமாக விவாதிக்கப்பட்டது. காஷ்மீருக்கு ராணுவத்தை அனுப்புவதில் இருந்த சட்டச் சிக்கல்களைப் பேசித் தீர்க்கக்கூட அவகாசம் இல்லாத நிலை.

மற்ற சமஸ்தானங்களைப் போல காஷ்மீரும் முறைப்படி இந்தியாவுடன் இணையாதபட்சத்தில், இந்திய ராணுவத்தை அங்கே அனுப்புவது, நிச்சயம் பிற நாடுகளின் கண்டனத்துக்கு உள்ளாகும். ஜெயித்தாலும் சரி, தோற்றாலும் சரி பழி பாரதத்தையே சேரும்.

"ஹரி சிங்குக்கு வேறு வழியில்லை. எப்படியும் அவர் இந்தியாவின் உதவியை கேட்டுத்தான் ஆகவேண்டும்" என்றார்கள் அதிகாரிகள்.

இறுதியில், அதுதான் நடந்தது. ஆகவே, முதல்கட்டமாக மூன்று பேர் கொண்ட குழு ஒன்றை ஸ்ரீநகருக்கு அனுப்பி பேசச் சொல்லலாம் என்று முடிவு செய்தார்கள்.

வி.பி.மேனன் என்கிற நேருவின் நம்பிக்கைக்குப் பாத்திரமான ஓர் உயர் அதிகாரி, ராணுவத் தளபதி சாம் மானக் ஷா, மற்றுமொரு விமானப்படை அதிகாரி ஆகியோர் அடங்கிய அந்தக் குழு ஸ்ரீநகருக்குப் பறந்தது.

ஸ்ரீநகர் அங்கே தத்தளித்துக் கொண்டிருந்தது. வண்டி வண்டியாக மக்கள் இடம் பெயர்ந்து கொண்டிருந்தார்கள். எதிரியின் குறி ஸ்ரீநகர்தான் என்று தெரிந்துவிட்டதால், மக்கள் சற்றே பாதுகாப்பான ஜம்முவை நோக்கி போய்க்கொண்டிருந்தார்கள். அத்தனைபேர் மனத்திலும் ஒரே கேள்வி. இந்தியா என்ன செய்யப் போகிறது?

வி.பி.மேனனுக்கு நிலைமை புரிந்தது. முரண்டு பிடிக்க விரும்பினாலும், காஷ்மீரை இந்தியாவுடன் இணைப்பதைத் தவிர

ஹரிசிங்குக்கு வேறு வழியில்லை என்பது புலனானது. உட்கார்ந்து பேசினார்கள்.

ஒரு அடுக்குமாடிக் குடியிருப்புக்குள் அடக்கிவிடக்கூடிய அளவுக்கு மட்டுமே ஹரிசிங்கிடம் படைபலம் இருந்தது. அதிலும் எத்தனை பேர் பாகிஸ்தான் ஆதரவாளர்கள் என்று எண்ணிக்கொண்டிருக்கச் சமயமில்லை. ஆகவே, ஹரிசிங் சம்மதித்தார்.

“எதற்கும் நீங்கள் பாதுகாப்பாக ஜம்முவுக்குச் சென்றுவிடுங்கள். நாங்கள் தில்லிக்குப் போய்ப் பேசிவிட்டுச் சொல்கிறோம்” என்றார் மானெக்ஷா.

சரித்திரம் மறக்கமுடியாத ஒரு சோக நிஜம் அது! ஒரு ராஜா, அகதியாக இடம்பெயர்ந்த சம்பவம்!

ஹரிசிங் மீண்டும் தம் ஸ்ரீநகர் அரண்மனைக்குத் திரும்பவே இல்லை. மரபும் நவீனமும், சுகமும் சொகுசுமாக இழைத்துக் கட்டப்பட்டுப் பொலிந்த அந்த ஆடம்பர அரண்மனை, பின்னாளில் ஒரு நட்சத்திர ஓட்டலாக மாறிவிட்டது!

வி.பி.மேனனும், மற்ற இருவரும் அன்று மாலையே புதுடில்லி திரும்ப, ஹரிசிங் தனது காரில் ஏறி, பதினேழு மணி நேரம் பயணம் செய்து ஜம்முவை அடைந்தார்.

ஜம்முவில், அவருக்கொரு கோடை அரண்மனை இருந்தது. வந்து சேர்ந்தவர், நேரே படுக்கையறைக்குச் சென்றார். களைப்பு. மேலும், பயம். உறங்கப்போகுமுன் தன் செகரட்டரியை அழைத்தவர், காஷ்மீரின் ‘மகாராஜா’வாக தம் கடைசி உத்தரவைப் பிறப்பித்தார்.

“பொழுது விடிவதற்குள், காஷ்மீரை இந்தியாவுடன் இணைக்கும் ஒப்பந்தத்துக்கு, இந்திய அரசின் சம்மதத்துடன் மேனன் திரும்பி வந்தால், என்னை எழுப்பு. அப்படி வராவிட்டால், நான் உறங்கும்போதே என்னைச் சுட்டுவிடு!” என்று கூறிவிட்டுத் தன் கைத்துப்பாக்கியை எடுத்துத் தந்தார். பிறகு நிம்மதியாக உறங்கப் போனார்.

மேனன் கணக்குப் போட்டார். அவர் ஸ்ரீநகரில் புறப்பட்டு டெல்லி வந்து சேருவதற்குள் பாக். படை ஸ்ரீநகருக்கு மேற்கே 35 மைல்

அருகாமையில் வந்துவிடும். அவர்கள் நகருக்குள் நுழைவதற்குள், இணைப்பு ஒப்பந்தம் கையெழுத்தாகவேண்டும். இந்திய ராணுவம் ஸ்ரீநகருக்கு வந்தாகவேண்டும். நடக்குமா? எப்படி நடக்கும்?

யோசனையுடன் டில்லி வந்து சேர்ந்த மேனன், மவுண்ட்பேட்டனிடமும் நேருவிடமும் விவரங்களைச் சொன்னார்.

மறுவிநாடியே சட்டபூர்வ நடவடிக்கைகளுக்கான பத்திரங்கள் தயாராயின.

அடுத்த விமானத்திலேயே மேனனை ஜம்முவுக்கு ஏற்றி அனுப்பிவிட்டு மவுண்ட்பேட்டன், நேருவிடம் தன் திட்டத்தை விவரித்தார்.

"காஷ்மீருக்குப் போகக்கூடிய எல்லா பாதையிலும் எல்லா வாகனங்களிலும் ராணுவத்தினரை ஏற்றுங்கள். ஸ்ரீநகரில் உள்ள ஒரே விமானதளத்தை அவர்கள் வந்தடையும் முன், நாம் சென்றடைய வேண்டும்!"

அக்டோபர் 26, 1947. ஜம்மு சென்ற வி.பி.மேனன், இணைப்பு ஒப்பந்தத்தில் ஹரிசிங்கின் கையெழுத்தை வாங்கிக்கொண்டு தில்லிக்குத் திரும்பினார். சந்தோஷத்தைக் கொண்டாட யாருக்கும் சமயமில்லை. படை, படை திரட்டியாக வேண்டும்.

டிரக்குகள், பஸ்கள், ரயில், விமானம் என்று சகல சாத்தியங்களிலும் வீரர்கள் கொண்டு குவிக்கப்பட்டார்கள்.

329 பேர் கொண்ட சீக்கியப் படைப்பிரிவு ஒன்று முதல்முதலாக ஸ்ரீநகர் விமானதளத்தில் பத்திரமாகத் தரை இறங்கியது.

அத்தனைபேருக்கும் பெரிய ஆச்சரியம். தில்லியிலிருந்து புறப்பட்டு அவர்கள் வந்து சேர்ந்துவிட்டார்கள். கேவலம், முப்பத்தைந்து மைல்கள் தூரத்திலிருந்து பாக். படையினரால் இன்னுமா வர முடியவில்லை?

கண்டிப்பாக ஸ்ரீநகருக்குள் நுழைந்துவிட்டால், அவர்களது முதல் இலக்கு விமான தளமாகத்தான் இருக்கமுடியும். ஆனால் ஏன் இன்னும் வரவில்லை?

நகரம் அச்சத்தில் மூழ்கிக் கிடந்தது. ஒரு கடை, வீடு, வீதியில் ஆட்கள் இல்லை. அமைதி. குலை நடுங்க வைக்கும் பேரமைதி. என்ன ஆயிற்று?

குழப்பத்திலிருந்த அந்த 329 ஜவான்களையும் பதற வைக்கிற விதமான பதில் பாரமுல்லாவிலிருந்து வந்தது!

4. வெறியாட்டம்

பாரமுல்லா.

ஸ்ரீநகரை இந்தியாவின் கொண்டை என்று வைத்துக் கொண்டால், அதற்குச் சற்றே இடப்பக்கம் தள்ளிச் சொருகிய பூ மாதிரி வரைபடத்தில் காட்சியளிக்கிற சிறு நகரம். நகரம் கூட அல்ல. அன்று அது கொஞ்சம்போல் கடைவீதிகள் உள்ள ஒரு சிறு டவுன். அவ்வளவுதான். முஸஃபராபாத்திலிருந்து புறப்பட்டு, பாக். ஆதிவாசிப்படை அங்கு வந்து சேருவதற்கு முந்தைய கணம் வரை, பாரமுல்லாவை அமைதி மட்டுமே ஆட்சி புரிந்து கொண்டிருந்தது. முஸ்லிம்கள், ஹிந்துக்கள் தவிர, கிறிஸ்தவர்களும் வாழ்ந்து வந்த அந்தப் பிராந்தியத்தின் மக்களுக்கு அதற்குமுன் கலவரம் என்கிற பதத்தின் ஸ்பெல்லிங் கூட தெரியாது.

மசூதியின் பாங்கொலி, தேவாலயத்தின் மணியொலி தவிர, உரக்க ஒலிக்க வேறொன்றும் இல்லாத இடம்.

முதல் முதலாக கூலிப்படையின் அசுர இரைச்சல் கேட்டபோது நடுங்கிப்போனது பாரமுல்லா. இன்னது நடக்கிறது என்று தெரிவதற்கு முன்பே, பாதி நகரம் உருக்குலைந்துவிட்டது.

ஆக்ரோஷமும் வெறியும் வேகமுமாக பாரமுல்லாவுக்குள் நுழைந்த பாக். பதான் படையினர், முதலில் நகரைச் சூறையாட ஆரம்பித்தனர்.

கடைகள் நொறுக்கப்பட்டன. சுருட்டிச் செல்ல ஏதுமில்லாத இடங்களைத் தீ வைத்தனர். பனியுடன் மட்டுமே அதுவரை உறவாடி வந்த நகரம், பற்றி எரியத் தொடங்கியது.

அன்று அக்டோபர் 27, திங்கட்கிழமை.

பிரார்த்தனைக்குப் புறப்பட்டுக் கொண்டிருந்த கிறிஸ்தவ மிஷினரியைச் சேர்ந்த பதினான்கு கன்னியா ஸ்திரிகளுக்கும் அது கருப்பு தினமாகிவிட்டது.

அத்தனை பேரும் வெளிநாடுகளைச் சேர்ந்தவர்கள். பிரான்ஸிலிருந்தும் இத்தாலியிலிருந்தும் வந்து தேவ ஊழியம் செய்துகொண்டிருந்தவர்கள். மதர் சுப்பீரியர் மேரி அடல்ட்ரூட் பெல்ஜியத்திலிருந்து வந்தவர்.

வெறியுடன் கொள்ளையடிப்பதற்காக தேவாலயத்தினுள் நுழைந்த பதான் ஆதிவாசிப் படையினர், அங்கிருந்த கன்னியாஸ்திரிகளைக் கண்டதும் தம் முடிவை 'மாற்றி'க் கொண்டனர்.

ஆம்! சரித்திரம் வெட்கப்படும் விதமான சம்பவம் அங்கு நடந்தேறியது.

அத்தனை கன்னியாஸ்திரிகளையும் துரத்தித் துரத்திக் கற்பழித்தார்கள். அவல ஓலம் எங்கும் ஒலிக்க, வேதனையில் மதர் சுப்பீரியர் இறந்தே போனார்.

தேவனின் சிலுவையில் மட்டுமல்ல; அந்த தேவாலயத்தின் சுவர், தரைகளிலும் ரத்தம் உருகி, ஓடி உறைந்து நின்றது. அத்துடன் அவர்களின் வெறி அடங்கவில்லை. பாரமுல்லாவில் இருந்த ஒரே ஒரு மருத்துவமனையையும் சூறையாட ஆரம்பித்தார்கள். உயிர் பிழைக்க ஓடிய வயோதிகர்களையும் பெண்களையும் குழந்தைகளையும் இழுத்துவைத்துப் படுகொலை செய்தார்கள்.

சகிக்க முடியாத அவலமும் சோகமும் நிறைந்த சம்பவம் என்றாலும், பாக். படையினர் இந்த வெறியாட்டத்தை நடத்திக்கொண்டிருந்த நேரம்தான் ஸ்ரீநகரைக் காப்பாற்ற வழிவகுத்தது!

அதாவது, பாரமுல்லாவில் அவர்கள் காலதாமதம் செய்யாமல் ஸ்ரீநகரை நோக்கி முன்னேறியிருந்தால், வி.பி. மேனனின் முயற்சி, நேருவின் லட்சியம், மவுண்ட்பேட்டனின் ராணுவ ஏற்பாடுகள் எல்லாமே வீணாகியிருக்கும்.

இந்திய ராணுவம் காஷ்மீர் வந்து சேருவதற்குள், காஷ்மீர் கூலிப்படையின் கட்டுப்பாட்டுக்குள் வீழ்ந்திருக்கும்.

இறக்கும் தருவாயிலும் 'தேவனே, இந்த அழகிய பூமியைக் காப்பாற்று!' என்று பிரார்த்தித்தபடியே இறந்த பாரமுல்லா தேவாலயத்து மதர் சுப்பீரியரின் பிரார்த்தனை வீணாகவில்லை.

ஸ்ரீநகர் விமானதளத்தில் அடுத்தடுத்து அணிஅணியாக இந்திய ராணுவம் வந்து இறங்கியது. தவிர, எல்லைப்புறச் சாலை வழியாகவும் ஆயிரக்கணக்கான வீரர்கள் ஸ்ரீநகருக்கு வெளியே கொண்டு குவிக்கப்பட்டனர்.

பாரமுல்லாவை விட்டு அவர்கள் புறப்படும் முன்னரே, அந்தப் பாதையில் இந்திய ராணுவம் முன்னேறத் தொடங்கிவிட்டது.

ஒரு விஷயம். பாகிஸ்தான் அனுப்பிய ஆதிவாசிப் படையினர் முரடர்களே தவிர, தொழில்முறை போர் வீரர்கள் அல்லர். முன்னேறிவரும் இந்திய ராணுவத்தைத் தடுக்கவோ, போரிடவோ முடியாமல் திரும்பி ஓடுவது ஒன்றே அவர்கள் செய்யக்கூடியதாயிருந்தது.

ஸ்ரீநகருக்கு வெளியிலிருந்து புறப்பட்டு, காஷ்மீர் பள்ளத்தாக்கின் எல்லைவரை அவர்களை விரட்டிச் சென்று போரிட்டார்கள் இந்திய வீரர்கள்.

இதற்குள், இது ஆதிவாசிகளின் தன்னிச்சையான ஊடுருவல் அல்ல பாகிஸ்தானின் திட்டமிட்ட நடவடிக்கை என்பது உலகுக்குத் தெரிந்துவிட்டது.

கோபத்தில் குமுறினார் ஜின்னா. காஷ்மீருக்காக பகிரங்கமாக ஒரு யுத்தம் நடத்துவதைத் தவிர வேறு வழி இல்லாத நிலையில், சரித்திரப் பிரசித்தி பெற்ற அந்த முதல் யுத்தம் 1947ம் வருட இறுதியில் தொடங்கி, பல மாதங்கள் நீடித்து, இறுதியில் ஐ.நா. தலையிட்டதால், தாற்காலிமாக அமைதி திரும்பியது.

ஒரு மாநிலமாக இருந்த காஷ்மீர் துண்டானது அப்போதுதான்.

போர்நடந்தஇடத்தைமையமாகவைத்து, போர்நிறுத்தத்தின்போது பாக். படை முன்னேறிவந்திருந்தபகுதிவரை('கில்கிட்'டைச்சூற்றிய வடபகுதி) பாக். ஆக்கிரமித்துள்ள காஷ்மீர் (POK) எனப்பட்டது.

இன்றளவும் இந்தியாவின் தலைவலி உற்பத்தி ஸ்தானம் அதுதான். பாக். பிடியில் உள்ள அந்தப் பகுதியிலிருந்துதான் அவ்வப்போது ஊடுருவல்கள் நடக்கின்றன. 'பாகிஸ்தானும்

வேண்டாம்; இந்தியாவும் வேண்டாம்; வேண்டியதெல்லாம் சுதந்தர காஷ்மீர்தான்' என்று தனியாவர்த்தனம் பண்ண விரும்பும் காஷ்மீர் தீவிரவாதக் குழுக்கள் பலவற்றுக்கும், சுங்குவார் சத்திரம் அந்தப் பிரதேசம்தான். தீவிரவாதப் பயிற்சி, வெடிமருந்துக் கடத்தலுக்கெல்லாம் சரியான ஜாயிண்ட்டும் அதுவே.

அவற்றைப் பிறகு பார்க்கலாம். இந்தப் போர் அதன் முடிவு, பாகிஸ்தானில் என்னவிதமான விளைவுகளை உண்டாக்கியது?

அது முக்கியம். இதை ஒரு தேசிய அவமானமாகப் பாகிஸ்தானியர்கள் கருதினார்கள் என்பதுதான் உண்மை. காஷ்மீர் இந்தியாவின் ஒரு பகுதி என்பதை ஜின்னாவால் கற்பனை செய்துகூடப் பார்க்க முடியவில்லை.

பெரும்பான்மையான மக்கள் முஸ்லிம்களாக உள்ள ஒரு மாநிலம் பாகிஸ்தானுடன் இணைவதுதான் சரி என்பது அவர்கள் தீர்மானம்.

இதில் விசித்திரம் என்னவென்றால், காஷ்மீரை இந்தியாவுடன் இணைப்பதற்குச் சம்மதித்த மன்னர் ஹரி சிங்கைவிட, இம்முயற்சிக்கு மவுண்ட்பேட்டன்தான் மூலமுதல் காரணம் என்று பாக். அரசு நினைத்தது.

ஆனால், உண்மை வேறு. காஷ்மீர் பாகிஸ்தானுடன் இணைவதுதான் நல்லது என்று ஜின்னாவை விடவும் அதிகம் நம்பியவர் மவுண்ட்பேட்டன். ஒருமுறை அல்ல; இரு முறை அல்ல, பலமுறை ஹரிசிங்கைச் சந்தித்து, தம் கருத்தை வலியுறுத்தவும் செய்தார் அவர்.

கம்யூனிஸம் ஆளும் சீனா ஒருபுறம். பௌத்தம் தழைக்கும் திபெத் ஒருபுறம். ஹிந்துக்கள் நிறைந்த இந்தியா ஒருபுறம், முஸ்லிம்கள் நிறைந்த பாகிஸ்தான் மறுபுறம்.

இப்படிப்பட்ட சூழலில், மெஜாரிட்டி மக்கள் முஸ்லிமாகவும் மன்னர் ஹிந்துவாகவும் உள்ள காஷ்மீர், பல்வேறு சிக்கல்களை எதிர்கொள்ள நேரும் என்பது மவுண்ட்பேட்டனின் கணிப்பு.

தவிர, காஷ்மீரின் நிலப்பரப்பு அதிகமாகவும் மக்கள் தொகை நிறைந்த பகுதிகள் குறைவாகவும் இருப்பது எல்லைகளில் பல தில்லுமுல்லுகள் நடக்கப் பேருதவியாக இருக்கும் என்றும்

அவர் கருதினார். மேலும், மலைப்பகுதி. ஆள் நடமாட்டத்துக்கே வழியில்லாத முகடுகள் நிறைய. ஹரி சிங்கால் கட்டிக் காக்க சுத்தமாக முடியாது என்பது மவுண்ட்பேட்டனின் முடிவு.

அதனால்தான், "நீங்கள் பாகிஸ்தானுடன் இணைந்தால், நிச்சயம் மக்கள் புரிந்துகொள்வார்கள்" என்று ஹரிசிங்கிடம் மன்றாடிப் பார்த்தார்.

'இது ஏதடா ரோதனை' என்று, ஹரிசிங் பிறகு மவுண்ட்பேட்டனைச் சந்திப்பதையே தவிர்க்க ஆரம்பித்தார்.

நிலைமை இப்படியிருக்க, ஒட்டுமொத்த பாக். அதிகாரிகளும் மவுண்ட்பேட்டனே இந்த உடன்படிக்கைக்குக் காரணம் என்று கருதியது மட்டுமல்லாமல், போர்சமயத்தில் பாக். படையில் இருந்த பிரிட்டிஷ் அதிகாரிகளையும் குறைசொல்ல ஆரம்பித்தார்கள்.

பாக். பிரதமர் லியாகத் அலிகானால் அவமானத்தைப் பொறுக்க முடியவில்லை. ஒரு பெரிய முயற்சிக்குப் பிறகும் காஷ்மீரைக் கைப்பற்ற முடியாமல் போனதற்குக் காரணம் என்ன என்று, தீவிரமாக அதிகாரிகளுடன் ஆலோசித்தார்.

பாகிஸ்தானின் உளவு அமைப்பான ஐபி (இண்டலிஜெண்ட் ப்யூரோ), காஷ்மீருக்காக நடத்திய யுத்தத்தின்போது சரிவரப் பணியாற்றவில்லை என்று பெரும்பாலான பாக். ராணுவ ஜெனரல்கள் அபிப்பிராயப்பட்டார்கள்.

ஓர் உளவு அமைப்பின் பணி இதுதான் என்று சுலபமாக வரையறுத்துவிட முடியாது. ஆனால், மேற்கொண்ட செயலில் பின்னடைவு அல்லது ஓட்டை உண்டானால், அதை உளவுத்துறை முன்னதாகச் சரி செய்திருக்க முடியும் என்று நம்புவது இயற்கை.

"சரி, ஐபியை எப்படிப் பலப்படுத்துவது?" என்று ராணுவ அதிகாரிகள் கேட்டார்கள்.

உளுத்துப்போன உளவுத் துறையை பலப்படுத்தும் யோசனை, லியாகத் அலிகானுக்குப் பிடிக்கவில்லை.

அவர் மனத்தில் வேறொரு புதிய உளவுத்துறையை உருவாக்குவது பற்றிய சிந்தனை அப்போது உண்டாகியிருந்தது. அதுதான் ஐ.எஸ்.ஐ.

‘எல்லா அயல்நாட்டு விவகாரங்களையும் கவனிக்க’ என்று கூறப்பட்டாலும், ஐ.எஸ்.ஐ.யின் கவனமும் இயக்கமும் செயல்பாடும் முழுக்க முழுக்க இந்தியாவின் பக்கம் மட்டுமே இருக்கும் என்கிற எழுதப்படாத சட்டமும் அப்போதுதான் அரங்கேறியது!

5. ஆன்மாவில் ஒரு கோடு

“மூன்று விஷயங்களைப் புரிந்துகொள்வதற்காக என் வாழ்நாளில் பெரும் பகுதியைச் செலவிட்டிருக்கிறேன். ஆனால், இன்றுவரை என் முயற்சி தோல்விதான். ஒன்று கடவுள். இரண்டாவது வறுமை. அடுத்தது பாகிஸ்தான் பாலிடிக்ஸ்”.

ஒரு பாகிஸ்தான் நியூஸ் பேப்பரில் இவ்வாறு எழுதியிருந்தார், பெட்ரி லகாவ்ஸ்கி என்கிற சரித்திர ஆராய்ச்சியாளர்.

பெட்ரி, போலந்துக்காரர். போலந்து நிலைமை நமக்குத் தெரியாது. ஆனால், போலந்துக்காரர்களைவிடத் தமிழ்நாட்டுக்காரர்களுக்குப் பாகிஸ்தான் அரசியல் நிச்சயம் புரியும். ஆட்சிக் கவிழ்ப்பு, மைக் வீச்சுக் கலாசாரம் அங்கும் உண்டு என்பது மட்டும் காரணமல்ல. வலுவான ஜனநாயக அடித்தளம் இருந்தாலும், பதவி ஆசை அரசியல்வாதிகளை என்னவெல்லாம் செய்யச் சொல்லும் என்பதற்கு வால்யும் வால்யூமாக அங்கு உதாரணங்கள் இருக்கின்றன.

ஆனால், எத்தனை பதவிப்போர் வந்தாலும், ஜனநாயகத்தின் பேரால் என்னென்னவோ அக்கிரமங்கள் நிகழ்ந்தாலும், இங்கே ஜனநாயகத்துக்கு ஆபத்து வருவதில்லை.

பாகிஸ்தான் ஸ்டைல் சற்று வித்தியாசமானது.

ரிப்பன் வெட்டிக் கடை திறப்பது மாதிரி, யாருக்கு என்ன அவசரம் வந்தாலும், முதல் வெட்டு அங்கே ஜனநாயகத்துக்குத்தான். அவசரப் பசிக்கு, கிடைக்கிற கடையில் பன்னும் டீயும் சாப்பிடுவதுபோல, ஆட்சியைக் கலைத்துவிட்டு ராணுவ ஆட்சி கொண்டுவந்து

விடுவார்கள். ஒவ்வொருமுறை ராணுவம் ஆட்சிக்கு வந்ததும் செய்கிற முதல் அறிவிப்பு, காஷ்மீரை எப்படியும் கைப்பற்றி விடுவோம் என்பது. வறுமையை ஒழிப்போம் என்று நம் ஊர்க்காரர்கள் சொல்வதற்குச் சமமான வசனம், அங்கே அது.

நம்மக்கள்சற்றுபுத்திசாலிகள்.அரசியல்வாதிகளின்வீரவசனங்களை அவ்வளவாக நம்பமாட்டார்கள். சினிமா பார்க்கிற உணர்ச்சிதான் அதிலும். ஆனால், பாகிஸ்தான் மக்கள் சற்றே அப்பாவிகள். உணர்ச்சிகரமாகத் தலைவர்கள் சொற்பொழிவாற்றினால், அப்படியே நம்பிவிடுவார்கள்.

காரணம் கொஞ்சம் துக்ககரமானது. அங்கே எழுத்தறிவு உள்ளவர்கள் மொத்தமே நாற்பத்தி நான்கு சதவீதத்தினர்தான். இதுகூட சமீபகால வளர்ச்சி மட்டுமே. பத்து வருடங்களுக்கு முன்பு, மொத்த மக்கள்தொகையில் எழுதப் படிக்கத் தெரிந்தவர்களின் எண்ணிக்கை வெறும் இருபத்தைந்து சதவீதமாகத்தான் இருந்திருக்கிறது. பெண்களின் நிலைமை, சொல்லவே வேண்டாம். உளவுத்துறைக்கும் ராணுவத்துக்கும் செலவிடுகிற தொகையில் பாதியளவுகூட அங்கே கல்விக்கோ, மனிதவள மேம்பாட்டுக்கோ ஒதுக்கப்படுவதில்லை. மதக்கல்வி போதிக்கும் மதரஸாக்களையும் பெரும்பாலும் ஆயுத கோர்ஸ் ஆரம்பப் பாடசாலைகளாக ஆக்கிவிட்டார்கள். இந்தியக் குழந்தைகள் அணில், ஆடு, இலை படித்துக் கொண்டிருக்கும்போதே, பாகிஸ்தான் குழந்தைகளுக்கு இஸ்லாம், காஷ்மீர், ஜிகாத் புரிந்துவிடுவது இதனால்தான்.

உண்மையில் ஜின்னாவின் கனவு வேறு. இஸ்லாத்தை வாழ்வியல் அடிப்படையாகக் கொண்ட, எல்லா வகையிலும் தன்னிறைவு அடைந்த ஒரு முழுமையான ஜனநாயக தேசமாக பாகிஸ்தானை உருவாக்க அவர் எண்ணினார். கல்வி, பொருளாதாரம், அறிவியல், வணிகம் போன்ற துறைகளில் வேகமான முன்னேற்றம் காண பல சரியான திட்டங்களை அவர் வைத்திருந்தார்.

ஜின்னாமறைந்தாலும்,அவர்திட்டங்களைஏன்பிறதலைவர்களால் அங்கே செயல்படுத்த முடியவில்லை? அடிப்படை ஜனநாயக விருப்பம் ஏன் அங்கே யாருக்கும் இல்லாமல் போய்விட்டது?

இதைப் புரிந்துகொள்ள வேண்டுமானால், பாகிஸ்தான் என்ற தேசம் பிரிந்து உருவான சூழ்நிலையை முதலில் புரிந்துகொள்ள வேண்டும்.

எந்தவித முன்னேற்பாடுகளும் இல்லாமல், திடீரென்று ஒருவர் தனிக்குடித்தனத்துக்குக் கிளம்பினால் உண்டாகும் பிரச்னைகளுக்கும் குழப்பங்களுக்கும் சமமான நிலைமைதான் பாகிஸ்தானுடையது. அந்த ஆரம்பத் தடுமாற்றத்தின் நிழல்தான் ஐம்பதாண்டுகளுக்குப் பிறகும் அதனை விடாமல் தொடர்ந்து வருகிறது என்பது சற்றே வேதனைக்குரிய உண்மை.

யோசித்துப் பாருங்கள். 'பாகிஸ்தான் என்கிற புதிய தேசம் இந்தியாவிலிருந்து பிரிகிறது' என்று முடிவான தினத்திலிருந்து, அது பிரிவதற்குக் குறித்த தேதிக்கு இடையிலான நாள்கள் வெறும் 73!

இன்றைக்கு, இரண்டுஇரண்டரை மாதங்களுக்குள் ஒரு வீடு பிடித்துக் குடிபோக முடியுமா? அன்று ஒரு நாடு பிரித்துக் குடிபோனார்கள்!

இந்திய சுதந்தரத்துக்கு பிரிட்டிஷ்காரர்களையே சம்மதிக்க வைத்த காந்தியின் அறப்போர், ஜின்னாவிடம் எடுபடவில்லை. எத்தனையோ பேச்சு வார்த்தைகள், வாதவிவாதங்கள். தேசத்தைப் பிரிக்கவேண்டாம் என்பதற்கு அரசியல், சமூக, சென்டிமெண்ட் காரணங்களை முன்வைத்து வாதாடியதில் ஆரம்பித்து, கெஞ்சுவது வரைக்கும் செய்து பார்த்தார் காந்தி.

ஹிந்துக்கள் நிறைந்த ஒரு தேசத்தில், முஸ்லிம் சிறுபான்மையினர் அச்சமின்றி வாழமுடியாது என்று உறுதியாகச் சொல்லிவிட்டார் ஜின்னா. அவர்களுக்கான சமூக அரசியல் நியாயங்கள் இங்கே சரிவர வழங்கப்பட மாட்டாது என்பது ஜின்னாவின் கணிப்பு.

அப்போதைய முஸ்லிம் தலைவர்களின் இந்த வாதத்தை அம்பேத்கர் போன்ற இந்தியச் சிந்தனையாளர்களும் வலுவாக ஆதரித்தது, பாகிஸ்தான் இயக்கத்துக்கு மேலும் வலு சேர்த்தது.

இந்தியாவில் அப்போது மொழிவழி மாகாணங்கள் பிரியும் சூழ்நிலை உருவாகி, விவாதங்கள் சூடுபிடித்துக் கொண்டிருந்தன. மகாராஷ்டிரத்திலிருந்து குஜராத் பிரிய, கர்நாடக மாகாணம், கர்நாடகாஆந்திரா என்று உடைய, இந்த மொழி அடிப்படைப் பிரிவை காங்கிரஸ் அப்போது ஆதரித்தது.

"மொழிவழி வேறுபாடு என்பது கலாசார வழி வேறுபாட்டின் மறு பெயரே அன்றி, வேறல்ல. கர்நாடகமும், ஆந்திரமும் பிரிவதில் அதிர்ச்சி அளிக்கக்கூடியது எதுவும் இல்லை என்றால், பாகிஸ்தான் பிரிவினைகோரிக்கையில்மட்டும்என்னஅதிர்ச்சிஇருக்கமுடியும்?" என்று அம்பேத்கர் கேட்டார். (ஆதாரம்: அம்பேத்கர் நூல் தொகுப்பு: தொகுதி 15, பக்கம் 41)

பிரிட்டிஷ்காரர்கள் வருகைக்கு முன்பு இந்தியா பல சிற்றரசுகளாக மட்டுமே இருந்த ஒரு துணைக் கண்டம் என்கிற அடிப்படையில், 'ஒரே தேசம்' என்கிற சிந்தனைக்கு மாறான வாதங்கள் வேறு பல தரப்புகளிலிருந்தும் எழவே, ஜின்னாவின் பாகிஸ்தான் பிரிவுக்கான ஆதரவு மேலும் வலுப்பட்டது.

இந்தசர்ச்சை,இந்தியச்சுதந்தரத்தையேகேள்விக்குறியாக்கிவிடுமோ என்று காங்கிரஸ் சந்தேகப்பட்டது.

இந்தியா பாகிஸ்தான் பிரிவு குறித்த தீர்மானம் உண்டானாலொழிய, பூரண சுதந்தரம் வழங்குவது சாத்தியமில்லை என்று பிரிட்டிஷ் அரசு கைவிரிக்க, தலைவர்களுக்கு வேறு வழியில்லாமல் போயிற்று. ஆரம்பத்திலிருந்தே பிரித்தாளும் தந்திரத்தைக் கையாண்ட பிரிட்டிஷாரும் அதைத்தான் எதிர்பார்த்தார்கள்.

1947 மே மாதத்தில், பாகிஸ்தான் பிரிவது என்பது எழுத்து பூர்வ ஒப்பந்தமாகிவிட, சுதந்தரத்துக்கு ஆகஸ்ட் 15 என்று முகூர்த்தம் குறித்தார்கள்.

நடுவிலிருப்பது ஜூன், ஜூலை மட்டுமே.

இரண்டு மாதங்களுக்குள் ஒரு தேசத்தை இரண்டாகப் பிளந்து, புதிய அரசை உருவாக்குவது என்பது சாதாரண விஷயமல்ல. நிலப்பரப்பில் தொடங்கி, டேபிள், சேர், டைப்ரைட்டர், குண்டூசி வரை மூன்றில் ஒரு பங்கு பிரிப்பது என்பது கற்பனைக்கு எட்டக்கூடிய காட்சி அல்ல. ஆனால் அது நடந்தது.

சர் சிரில் ராட்கிளிஃப் என்கிற பிரிட்டிஷ் நீதித்துறை வல்லுநரிடம், இந்தியாபாகிஸ்தான் எல்லைக் கோட்டை வகுக்கும் பொறுப்பு ஜூன் 47ல் வழங்கப்பட்டது.

ராட்கிளிஃப் இந்தியாவுக்கு அதற்குமுன் வந்ததில்லை. என்சைக்ளோபிடியாவில் படம் பார்த்துக் கதை படித்தது தவிர, இந்தியாவைப் பற்றி அதிகம் அறியாதவர் அவர். நிலப்பரப்பைப் பிரிக்கிற விஷயத்தில், சமூககலாசார வேறுபாடுகளை முக்கியமான அம்சமாக அவரால் ஒருபோதும் எடுத்துக்கொள்ள முடியாது. இந்தியாவுக்கோ, பாகிஸ்தானுக்கோ எந்த வகையிலும் சார்பில்லாமல், நடுநிலைமையுடன் செயல்படக்கூடியவர் அவர்தான் என்று பவுண்டரி கமிஷன் நினைத்ததால், பொறுப்பு ராட்கிளிஃப் வசம் தரப்பட்டது.

இந்தியாவின் வரைபடம் அவர் மேசைக்குக் கொண்டுவரப்பட்டது. ராட்கிளிஃப் தன் பென்சிலைக் கூராக்கிக் கொண்டு வேலையைத் தொடங்கினார். சிக்கல்கள் மிகுந்த பஞ்சாப், கிழக்கு வங்காள மாகாணங்களின் எல்லைகளை வகுப்பதுடன் தன் பொது வாழ்க்கைக்கே ஒரு முற்றுப்புள்ளிவைத்து விடலாம் போலிருந்தது அவருக்கு.

ஒரு புதிய தேசத்துக்கு எல்லை வகுப்பதாகத்தான் அவர் நினைத்தார். ஆனால், அவரது பென்சில் இழுத்த கோடு நதிகளைப் பிளந்தது. மரங்கள், வயல்கள், மலைகளைப் பிளந்தது. வீடுகள், வீதிகள், நகரங்களைப் பிளந்தது. எல்லாவற்றுக்கும் மேலாக, மனிதர்களைப் பிளந்தது. ஒரு மாபெரும் தேசத்தின் ஆன்மாவில் விழுந்த அழுத்தமான கோடு அது!

6. ஜின்னா என்றொரு செயல்வீரர்

ராட்கிளிஃப் கோடு போட்டார். ராணுவம் ரோடு போட்டது. பெயரளவில் இரண்டு தேசங்களாகவும், பூகோள ரீதியில் மூன்று துண்டுகளாகவும் (இன்றைய பங்களாதேஷ், அன்று கிழக்கு பாகிஸ்தான்) இந்தியா பிரிக்கப்பட்டது.

பிரிவினையின்போது நடந்த கலவரங்கள், அடிதடி, கொலை, கொள்ளைகள் எல்லாம் ஒரு தனி சரித்திரம். குறிப்பாக பஞ்சாபின் பெரும்பகுதி பாகிஸ்தானுடன் இணைந்துவிட, அருமையான விளைநிலங்களை இழந்த சீக்கியர்கள் கொதித்து எழுந்தார்கள். எங்கு பார்த்தாலும் கொலைகள், தீவைப்பு.

பஞ்சாபையும் பாகிஸ்தான் எல்லையையும் இணைக்கும் நெடுஞ்சாலை ஓரங்களிலெல்லாம் பஞ்சம் பசியாலும் தொற்றுநோய்களாலும், கொல்லப்பட்டும் இறந்தும் கிடந்த உடல்களின் வரிசை, மைல் கணக்கில் நீண்டிருந்ததாகச் சரித்திர நூல்களின் பக்கங்களிலெல்லாம் ஒரே ரத்த வாடை.

அந்தப் பகுதியில் பாதுகாப்புக்காக ஜீப்களில் ரவுண்ட்ஸ் செல்லும் பிரிட்டிஷ் ராணுவ அதிகாரிகள், கர்ச்சிப்பில் ஆஃப்டர் ஷேவிங் லோஷனைத் தெளித்து, அதை முகத்தில் கட்டிக்கொண்டுதான் செல்வார்கள்.

அகிம்சையில் பிறந்த சுதந்தரத்துக்கு ரத்தத்தில் அபிஷேகம் நிகழ்ந்தது ஒரு சோக சரித்திரம்.

போகட்டும். சுதந்தர பாகிஸ்தானின் முதல் தலைநகரமாகத் தேர்ந்தெடுக்கப்பட்ட கராச்சி, தன் மன்னர்களை எப்படி வரவேற்றது?

ஆரவாரமாக! மிகக் கோலாகலமாக!

கிழக்கு பாகிஸ்தானையும் சேர்த்து ஆள்வதற்கு ஓர் எல்லைப்புற நகரம்தான் தலைநகராக அமைய ஏற்றது என்ற அடிப்படையில் கராச்சியைத் தேர்ந்தெடுத்ததாக பாக். அதிகாரிகள் கூறினார்கள். கராச்சி ஒரு புகழ்பெற்ற வணிகத் தலம், துறைமுக நகரம் என்று பிற காரணங்களும் சொல்லப்பட்டாலும், உண்மைக் காரணம் வேறு.

பாகிஸ்தான் என்ற ஒரு தேசம் முஸ்லிம்களின் கனவு தேசம் உருவாவதற்கு மூலகாரண புருஷராக விளங்கிய முகம்மது அலி ஜின்னாவின் சொந்த ஊர் அதுதான்.

ஜின்னாவின் இளமைப் பருவத்தை நேருவின் இளமைப் பருவத்தோடு சுலபமாக ஒப்பிடலாம். மோதிலால் நேருவைப் போலவே, ஜின்னாவின் தந்தையும் பெரும் பணக்காரர். கராச்சியின் நம்பர் ஒன் பணக்காரக் குடும்பம் அவருடையது. ஆகவே, சுகமான வாழ்க்கை, சொகுசான வளர்ப்பு. சிந்த் மதரஸா அல் இஸ்லாம் ஆரம்பப் பாடசாலையில் படித்துவிட்டு, ஒரு கிருத்துவ மிஷன் உயர்நிலைப் பள்ளிக்குச் சென்றார் ஜின்னா.

படிப்பில் அவரது ஆர்வம் அசுரத்தனமாக இருந்திருக்கிறது. லண்டனுக்குச் சென்று, தமது 20வது வயதிலேயே பாரிஸ்டர் பட்டம் பெற முடிந்திருக்கிறது அவரால். இருபது வயதில் பாரிஸ்டர் பட்டம் என்பது சாதாரண விஷயமல்ல. மேலும் புத்தகப் படிப்போடு மட்டுமல்லாமல், வாதத்திலும் வெளுத்து வாங்கும் பர்ஸனாலிட்டியாக இருந்தார் ஜின்னா.

சென்ற நூற்றாண்டின் மிக ஆரம்ப வருடங்களில் பம்பாய் உயர் நீதிமன்றத்தில் ஏதாவது ஒரு வழக்குக்காக ஜின்னா ஆஜராக வருகிறார் என்றால், அரசுத் தரப்பு வழக்கறிஞர்கள் கூடுமானவரை வாய்தா வாங்கவே விரும்புவார்களாம்.

கொஞ்சகாலம்தான் ஜின்னா வழக்கறிஞராக இருந்திருக்கிறார் என்றாலும், அவர் ஜெயித்த அளவுக்கோ, சம்பாதித்த அளவுக்கோ வேறு யாராலும் முடியவில்லை அப்போது.

1905ல் யாருமே எதிர்பாராத ஒரு தினத்தில், ஜின்னா தமது வழக்கறிஞர் தொழிலை ஓரங்கட்டிவிட்டு, இந்திய தேசிய

காங்கிரஸில் இணைந்தபோது, பம்பாய் நீதித்துறை வட்டாரமே வியப்பில் தலைசுற்றி விழுந்தது!

ஆரம்பத்தில் கோபாலகிருஷ்ண கோகலேயுடன் இணைந்து பணியாற்றிய ஜின்னா, பிறகு தாதாபாய் நௌரோஜிக்கு பர்ஸனல் செகரட்டரியாக இருந்திருக்கிறார். தொடர்ந்து படிப்படியான வளர்ச்சிகண்ட தருணத்தில், காங்கிரஸ் இயக்கத்தில் இணைந்து தம் நவீனமான அணுகுமுறையால் மக்களைக் கவர்ந்த காந்தி, நேரு, சுபாஷ் சந்திரபோஸ் ஆகியோரின் செல்வாக்கு தம்மைவிட அதிகமாவதைக் கண்டு, ஜின்னாவுக்கு லேசான வருத்தம் ஏற்பட்டதாகச் சில அரசியல் ஆய்வாளர்கள் கூறுவார்கள்.

உண்மையில் அவரது அப்போதைய கவனம் இந்தியாவெங்கும் சிதறிக்கிடந்த கோடிக்கணக்கான முஸ்லிம் மக்களின்மேல் திரும்பியிருந்தது.

இந்தியாவில் செயல்பட்டுக் கொண்டிருந்த முஸ்லிம் லீகின் தலைவர்கள் மக்களைவிட்டு விலகியிருந்தார்கள். அதாவது, பெரும்பான்மை முஸ்லிம் சமூகத்தினருக்கும் அதன் தலைவர்களுக்கும் இடையே நிரப்பப்பட வேண்டிய இடைவெளி நிறைய இருந்தது. புகழ்பெற்ற காங்கிரஸ் தலைவராயிருந்த ஜின்னாவுக்கோ,காந்தியுடன்கருத்துவேறுபாடுவளர்ந்துகொண்டே போனது.

1920ல் நடந்த நாக்பூர் காங்கிரஸ் மாநாட்டில் "இன்னும் ஒரு வருடத்துக்குள் சுதந்தரம்" என்னும் கோஷத்தை முன்வைத்து, காந்தியின் செயல்திட்டத்தை காங்கிரஸ் அறிவிக்க, "ஒரு வருஷத்தில் சுதந்தரமா? சான்ஸே இல்லை. இந்த மாதிரி கோஷமெல்லாம் அரசியல் வன்முறைக்குத்தான் வழிவகுக்கும்" என்று மிக வெளிப்படையாக எதிர்த்தார் ஜின்னா.

ஆரம்பத்தில் 'இந்து முஸ்லிம் ஒற்றுமைக்காகப் பாடுபடுபவர்களிலேயே தலைசிறந்த செயல்வீரர் இவர்தான்' என்று கோகலேயால் பாராட்டப்பட்ட ஜின்னா, பின்னாளில் காங்கிரஸுடன் ஏற்பட்ட பிணக்கால் முஸ்லிம்லீகை வளர்ப்பதையே தம் முழுநேரத் தொழிலாகக் கொள்ள நேர்ந்தது வரலாற்று உண்மை.

காங்கிரஸில் இருந்தபோதே பம்பாய் முஸ்லிம்லீக் கிளைப் பொறுப்பையும் ஹோம்ரூல் இயக்கப் பொறுப்பையும்கூட நிர்வகித்து வந்த ஜின்னா, முழுக்க முழுக்க இனி முஸ்லிம் லீக்தான் என்று (இது நடந்தது 1934-35ல். லியாகத் அலிகானும், கவிஞர் இக்பாலும்தான் ஜின்னாவை முஸ்லிம் லீகை 'எடுத்து நடத்த' வற்புறுத்தி அழைத்து வந்தவர்கள்) முடிவு செய்த மறுகணம், தன் தோற்றத்திலிருந்து, சிந்தனையிலிருந்து செயல்வரை, ஒரு முழுமையான, உண்மையான முஸ்லிமாக மட்டுமே வெளிப்பட ஆரம்பித்தார்.

கோட்சூட்டும் டையுமாக, வெள்ளைக்காரர்களே பார்த்துப் பொறாமை கொள்ளும் அளவுக்கு நேர்த்தியாக உடையணியும் ஜின்னா, அன்று முதல் கருப்புநிற, எளிய ஷெர்வானிக்கு மாறினார். பின்னாளில் புகழ்பெற்ற 'ஜின்னா குல்லா' அந்நாளில்தான் அவர் தலையில் ஏறியது.

முஸ்லிம்களுக்குத் தனி நாடுதான் வேண்டும் என்று லாகூரில் தீர்மானம் நிறைவேற்றியதிலிருந்து (1940) ஒரு விநாடிகூட ஜின்னா தன்னைப்பற்றி எண்ணிப் பார்க்கவில்லை. பாகிஸ்தான், பாகிஸ்தான், பாகிஸ்தான் என்று அவர் சிந்தனை முழுவதும் ஒரு முழுமையான இஸ்லாமிய தேசம் குறித்தே இருந்தது.

இப்படியொரு தலைவன் இனி கிடைப்பது கஷ்டம் என்று நெகிழ்ந்த முஸ்லிம்கள், ஜின்னாவை கிட்டத்தட்ட கடவுளின் தூதராகவே எண்ணினார்கள்.

தன் தளராத முயற்சியின் பலனாக 'பாகிஸ்தான் கனவை' நனவாக்கிக்கொண்டு அவர் கராச்சியில் கால் வைத்த அன்று, அந்நகரம் பூலோக சொர்க்கம் ஆயிற்று.

ஆகஸ்ட் 14, 1947 பாக். பிறந்தது. ஜின்னா முதல் கவர்னர் ஜெனரல் ஆனார். பிரதமராக லியாகத் அலிகான்.

ஆட்சி அதிகாரத்தின் பெரும்பகுதி ஜின்னாவிடமும், ஓரளவு லியாகத்திடமும், கொஞ்சம்போல் அசெம்ப்ளிக்கும் இருந்தது.

ஆனால், ஜின்னா தெளிவாகச் சொன்னார்: "இது மக்களின் தேசம். ஆள்பவர்களுடையது அல்ல. சீக்கிரம் அரசியல் சட்டத்தை

வடிவமைக்க வேண்டும். ஜனநாயகம், ஜனநாயகம் மட்டுமே இங்கு ஆளவேண்டும்; தனி நபர்களல்ல!"

ஆனால், நிர்ணயிக்கப்பட்ட ஆட்சிமன்றக் குழுவினர் கூடி, ஒரு புதிய தேசத்துக்கான ஜனநாயக சட்டதிட்டங்களை வடிவமைக்கும் பணி காலதாமதமாகிக்கொண்டே போனது.

காரணங்கள் பல. தலைநகர் கராச்சியில் அரசு செயல்படுவதற்குக் கட்டடங்கள்கூட அப்போது இல்லை. கூடாரம் அடித்து, ஆபீஸ் வேலை பார்க்கவேண்டிய நிலைமை.

ஒரு சிறு கட்டடம் உருவாகி முடிந்ததும் ஒரு கூடாரத்தைக் கலைத்து, ஊழியர்கள் அங்கே குடிபோவார்கள். இருந்த வெட்டவெளி எங்கும் 'அரசுக் கூடாரங்கள்'தான்!

கவர்னர் ஜெனரல் ஜின்னாவும் பிரதமர் லியாகத் அலிகானுமேகூட எளிய அலுவலகங்களில்தான் வேலை பார்த்தனர்.

சுருக்கமாகச் சொல்வதென்றால், ஒரு தேசத்தின் தலைநகரையே அப்போதுதான் 'கட்ட' ஆரம்பித்திருந்தார்கள்.

அதற்குள் பொருளாதார நெருக்கடி, பஞ்சாப் பிராந்தியத்தில் கலவரங்கள், காஷ்மீர் யுத்தம் என்று ஏகப்பட்ட பிரச்னைகள் பூதம்மாதிரி வந்து கவிந்து செயல்பட விடாமல் அடிக்க, பேரிடியாக சுதந்தரமடைந்த ஒரே வருடத்தில் (1948) ஜின்னா காலமாகிவிட்டார்.

பாகிஸ்தானின் 'தந்தை' என்று முதல் முதலாகக் கூறப்பட்டபோதே ஜின்னாவுக்கு 'தாத்தா' வயது. தமது மிக மோசமான உடல்நிலையை அவர் ஒருபோதும் பொருட்படுத்தியதே இல்லை.

"அவர் மட்டும் இன்னும் கொஞ்சகாலம் உயிரோடு இருந்திருந்தால், பாகிஸ்தானின் சரித்திரமே மாறியிருக்கும். இந்தியாவைக் காட்டிலும் சிறந்த ஜனநாயக நாடாக அவர் பாகிஸ்தானை வடிவமைத்திருப்பார்" என்று பிரிட்டிஷ் ராணுவ அதிகாரி ஒருவர் மவுண்ட்பேட்டனிடம் சொன்னார்.

அதற்கு மவுண்ட்பேட்டனின் பதில்:

"அவர் இத்தனை சீக்கிரம் இறந்துவிடுவார் என்று தெரிந்திருந்தால், பிரிட்டிஷ் கவர்ன்மெண்ட் பாகிஸ்தான் பிரிவினைக்கே சம்மதித்திருக்காது!"

7. கிராமமா? அப்படின்னா?

இந்தியாவின் தந்தையும், பாகிஸ்தானின் தந்தையும் சுதந்தரத்துக்குச் சரியாக மறுவருஷம் இறந்தது *(1948)* வினோதமான ஒற்றுமை.

காந்தியின் மறைவு, இந்தியாவில் ஜனநாயகத்தின் அவசியத்தை அழுத்தந்திருத்தமாக வலியுறுத்தி, தலைவர்களின் ஒற்றுமையை மேலும் பலப்படுத்தியது.

ஆனால், பாகிஸ்தானில் நடந்தது முற்றிலும் மாறுபட்ட ஓர் அரசியல் நிகழ்வு.

ஜின்னா அளவுக்கு புத்திக் கூர்மையும் அரசியல் சாதுர்யமும் உள்ள அடுத்தக்கட்டத் தலைவர்களை அங்கே லென்ஸ் வைத்துத் தேடவேண்டியிருந்தது.

பிரதமர் லியாகத் அலிகான் புத்திசாலிதான். பஞ்சாப்காரரான அவர், ஒரு சிறந்த வழக்கறிஞரும்கூட. ஆனால், அரசியலில் சற்று அவசரக்காரர்.

பின்னாளில் அங்கே ஜனநாயகத்தைக் குழி தோண்டிப் புதைப்பதற்கு ஆட்கள் தயாராவார்கள் என்பதை 'ஞானதிருஷ்டி'யால் உணர்ந்து, 'இந்த இடத்தில் தோண்டுங்கள். சரியான பலன் கிடைக்கும்' என்று கூறுவது மாதிரி ஜின்னா இறந்தவுடனேயே ஒரு சொற்பொழிவில் முத்திரை பதித்தார்.

அப்போது பாகிஸ்தானிலிருந்த ஒரே உருப்படியான அரசியல் கட்சி முஸ்லிம் லீக். ஜின்னா வளர்த்த முஸ்லிம் லீக். அதைத் தவிர வேறொரு கட்சியை மக்கள் மனத்தாலும் எண்ணிப் பார்க்கவில்லை அப்போது.

ஆனால் ஜின்னாவின் மறைவுக்குப் பிறகு, நாற்காலிதாகம் எடுத்த சிலர் கட்சிக்குள் கசமுசா உண்டாக்க, கூடிய விரைவில் ஓர் எதிர்க்கட்சி ஏற்பட்டுவிடும் என்கிற சூழ்நிலை உண்டானது.

அப்போதுதான் லியாகத் அலிகான் பேசினார்:

“நான் உயிரோடு இருக்கும்வரை, முஸ்லிம் லீகைத் தவிர இன்னொரு கட்சி இந்த மண்ணில் உதிக்க விடமாட்டேன்!”

அந்த விநாடியே ஜனநாயகத்துக்கு அங்கே சலைன் ஏற்றத் தொடங்கவேண்டியதாகிவிட்டது.

மறுபுறம் அரசியலமைப்புச் சட்டத்துக்கு வடிவம் தரும் பணியில் எக்கச்சக்க பிரச்னைகளைச் சந்திக்க வேண்டியிருந்தது.

பிரிட்டிஷ் அரசியல் சட்டத்தை அடிப்படையாகக் கொண்ட ஒரு சட்ட வடிவம், லியாகத்தின் விருப்பமாயிருந்தது.

ஆனால், ஓர் இஸ்லாமிய தேசத்தின் சட்டங்கள் இஸ்லாத்தின் அடிப்படையில் எழுதப்பட்டதாகத்தான் இருக்கவேண்டும் என்று சட்டக் குழுவிலும் வெளியிலும் பலர் வாதம் பண்ணத் தொடங்கினார்கள்.

எத்தனை பர்ஸண்ட் பிரிட்டிஷ் சட்டம், எத்தனை பர்ஸண்ட் இஸ்லாம் சட்டம் என்று நிர்ணயிப்பதில் குடுமிப்பிடி தகராறு எழுந்தது.

இதற்கிடையில், யாருமே எதிர்பாராத வகையில், ராவல்பிண்டியில் நடந்த ஒரு பொதுக் கூட்டத்தில், லியாகத் அலிகான் சுட்டுக் கொல்லப்பட்டார் (அக்டோபர் 1951).

அவரைக் கொன்றது வேறு யாருமல்ல, அவர் பாலூட்டி வளர்த்த கிளியான அதே பதான் ஆதிவாசிகளுள் ஒருவன்.

சரித்திரம் இன்றுவரை விடை சொல்லாத கேள்விகளுள் லியாகத்தின் படுகொலையும் ஒன்று. பலகாலம் நீண்ட விசாரணைகளால் பயனேதும் இல்லை. என்ன காரணத்துக்காக, யாருடைய தூண்டுதலின் பேரில், அவர் கொலை செய்யப்பட்டார் என்பது இன்றுவரை யாருக்கும் தெரியாது.

பிரிட்டிஷ் சட்டங்களை அடியொற்றி, பாகிஸ்தானில் அவர் சட்டம் இயற்ற முற்பட்டதைப் பழைமைவாதிகள் விரும்பவில்லை என்றொரு காரணம் கூறப்படுகிறது. ஆனால், 'முழுக்க முழுக்க இஸ்லாமியச் சட்டங்கள்' என்கிற அடிப்படையில் அங்கே வேறு யாருமேகூட அப்போது சிந்திக்கவில்லை.

பின்னால் ஜியாஉல்ஹக் காலத்தில் ஷரியத் நீதிமன்றங்கள் வரை வந்துவிட்டாலும், லியாகத் காலத்தில் முழுமையாக இஸ்லாம் சட்டம் என்பது குறித்துச் சிந்திக்க சற்றே தயங்கினார்கள்.

காரணம், வளர்ச்சியடைந்த மேலைநாடுகள் அதை எப்படி எடுத்துக்கொள்ளுமோ என்கிற சந்தேகம். பொருளாதார ரீதியில் பாகிஸ்தான் பெருமளவில் கையேந்தும் நிலைமையில் இருந்ததும் இதற்குக் காரணம்.

லியாகத் அலிகானின் மரணத்துக்குப் பிறகு அதுவரை கவர்னர் ஜெனரலாயிருந்த க்வாஜா நிஜாமுதீன், பாக்.கின் பிரதமரானார். நிதியமைச்சராயிருந்த குலாம் முகம்மது என்பவர்கவர்னர்ஜெனரல் நாற்காலிக்குப் போய் உட்கார்ந்துகொண்டார்.

இவர்களால் கட்டுக்கோப்பாகப் பதவியைப் பிரித்துக்கொள்ள முடிந்தது போல, கட்சியைக் காப்பாற்றவோ, சமூகபொருளாதார விஷயங்களில் உறுதியான முடிவெடுக்கவோ முடியாமல் போனது.

முஸ்லிம்லீகினுள்நிறையமுணுமுணுப்புகள்தோன்றஆரம்பித்தன. திடீரென்று 'க்ரிஷக் ஸ்ராமிக் கட்சி' என்று விவசாயிகளைத் தூக்கிப் பிடித்துக்கொண்டு ஒரு கோஷ்டி பிரிந்துபோனது. கிழக்கு பாகிஸ்தானிலோ, முஸ்லிம் லீகின் செல்வாக்கை சுத்தமாக ஓரங்கட்டிவிட்டு, 'அவாமி லீக்' ஜோராக வளர ஆரம்பித்தது.

அரசியல் நிர்ணயச் சட்டம் இன்னமும் முழுமையாக எழுதப்படாமல் இருக்க, தேசத்தின் பல பகுதிகளில் குழப்பமும் கலவரமும், தினசரி ஒன்றாக உற்பத்தியாகத் தொடங்கின.

குறிப்பாக, கிராமப்புற மக்கள் என்ன நினைக்கிறார்கள், எதை விரும்புகிறார்கள்என்கிறவிஷயமே,ஆட்சியில்இருந்தவர்களுக்குத் தெரியாமல் ஆகிவிட்டது.

காரணம், அன்று பாகிஸ்தானின் தலைவர்களாயிருந்த யாருக்குமே கிராமம் தெரியாது! எண்பது சதவீத மக்கள் கிராமப்புறவாசிகளாகவே இருக்கும் தேசத்தில், 'கிராமமா? அப்படீன்னா?' என்று கேட்கக்கூடிய தலைவர்களால் எப்படிக் குப்பைகொட்ட முடியும்?

ஆகவே, பார்லிமெண்ட் கூடும்போதெல்லாம் பிரதமர்கள் மாறும் தமாஷ் காட்சி உண்டானது. 1951ல் நிஜாமுதீன். 53ல் முகமதலி போக்ரா. 55ல் சவுத்ரி முகமதலி. 56ல் சுஹரவர்தே. 57ல் சந்த்ரிகர். அதே 57ல் பெரோஸ் கான் நூன் என்று பிரதமர்கள் வந்த வண்ணமும் போனவண்ணமுமாயிருந்தார்கள்.

இந்த, 'நிலையான ஆட்சி' என்கிற பிசினஸே கிடையாது. ஆட்சி மாறும். தலைவர்கள் மாறுவார்கள். ஆளுக்குத் தலா ஒன்று, ஒன்றரை; மிஞ்சிப்போனால் இரண்டு வருஷம் ஆட்சி வாய்ப்பு.

ஒன்று, தானாகவே விலகி விடுவார்கள் அல்லது பிரசிடெண்ட் கலைத்துவிடுவார்.

ஒரு கட்டத்தில், 1951ல் லியாகத் அலிகான் இறக்கும் முன்பே, பாகிஸ்தானில் ராணுவ ஆட்சி வருவதற்கு இருந்தது. ராணுவத் தளபதி மேஜர் ஜெனரல் அக்பர்கான் தனது 14 சிஷ்யர்களுடன் ராவல்பிண்டியில் அதற்கான சதியாலோசனையில் ஈடுபட ஆரம்பித்துவிட்டார்.

கடைசி நேரத்தில் தகவல் கிடைத்து, அக்பர்கானை அவரது சிஷ்யகோடிகளுடன் சேர்த்து பார்சல் பண்ணி, ஜெயிலுக்கு அனுப்பிவிட்டார்கள்.

ஆனால் பிறகு, ராணுவ ஆட்சியே வந்தால் தேவலை என்று மக்கள் நினைக்குமளவுக்கு ஆட்சியாளர்கள் 'விளையாட' ஆரம்பித்துவிட்டார்கள்!

வறுமை. கல்வி கிடையாது. பணப்புழக்கம் சுத்தமாகக் கிடையாது. ஆட்சியாளர்கள் என்ன செய்கிறார்கள் என்று மக்களுக்குத் தெரியாது. மக்களின் உணர்வுகள் ஆள்பவர்களுக்குத் தெரியாது.

இப்படியொரு வினோதமான சூழ்நிலையில், 'ஜமாத் ஏ இஸ்லாமி' என்கிற மத அடிப்படைவாத இயக்கம் ஒன்று உருவாகி, மெதுவாக வளர்ச்சிபெறத் தொடங்கியது.

‘அரசியல்வாதிகளை நம்புவதைவிட, ஆண்டவனிடம் முறையிடுங்கள்’ என்ற அவ்வியக்கத்தின் ஆரம்பக்கால வழிகாட்டல் எளிய, வேலையற்ற, அகதிகள், நாடோடி மக்களிடையே செல்வாக்கு பெறத் தொடங்கியது.

முழுமையாக இஸ்லாத்தைப் பின்பற்றுவது ஒன்றே உலகம் உய்ய வழி என்கிற தீர்மானம், சோர்ந்து போயிருந்த பாகிஸ்தானின் அடித்தட்டு மக்களுக்குப் பிடித்திருந்தது.

பாக்.கின் பல பகுதிகளில் ஜமாத் ஏ இஸ்லாமி செல்வாக்குடன் வளர, அதன் தலைவர் மவுலானா அபுல் ஆலா மௌதுதி முக்கியக் காரணமானார். அவரது முயற்சியால் 1956ல் அரசியலமைப்புச் சட்டத்தில் இஸ்லாத்தின் செல்வாக்கு உள் நுழைந்தது.

1956ல் பிரதமராயிருந்த சுஹரவர்தே, கிழக்கு பாகிஸ்தானைச் (இன்றைய பங்களாதேஷ்) சேர்ந்தவர். உள்ளூரில் அவரது செல்வாக்கு கொஞ்சம் நஞ்சமல்ல. நம் மக்களிடையே ரஜினிக்கு உள்ள செல்வாக்கோடு சுலபமாக அதை ஒப்பிடலாம். கிழக்கு பாகிஸ்தானைப் பொறுத்தவரை, அவர் ஒரு சூப்பர் ஸ்டார்.

ஆனால், அவாமி லீகுடன் வேறு ஒரு (ரிபப்ளிகன் கட்சி) கட்சியையும் கூட்டணி சேர்த்துக்கொண்டு அவர் ஆட்சியமைத்தபோது, மேற்கு பாகிஸ்தான் மக்கள் ‘யார் இந்த ஆசாமி?’ என்பது போலப் பார்த்தார்கள்.

அதாவது பால்தாக்ரே தமிழ்நாடு எலெக்ஷனில் நின்று ஜெயித்தால், நாம் எப்படிப் பார்ப்போம்? அந்த மாதிரி.

கிழக்கு பாகிஸ்தான் அப்படியொரு பரிதாப நிலையில் இருந்தது அன்று. ஒரு கவனிப்பும் கிடையாது. பார்லிமென்டில் போதுமான பிரதிநிதித்துவம் கிடையாது. குறையை எடுத்துச் சொன்னாலும் கேட்க நாதி கிடையாது. பாகிஸ்தானை விட்டு 1000 மைல் தள்ளி இருந்தாலும், நம் நாட்டின் ஒரு பகுதிதானே என்பதற்காகக்கூட, அங்கே யாரும் இரக்கப்பட்டு உதவத் தயாராயில்லை.

ஆகவே, சுஹரவர்தே பிரதமரானதும், நமக்கு நல்லகாலம் பிறந்துவிட்டது என்று கிழக்கு பாகிஸ்தானியர்கள் மகிழ்ச்சியில் துள்ளிக் குதிக்காத குறை.

ஆனால், மேற்கு பாகிஸ்தான் மக்களால் சுஹரவர் தேவை சகித்துக்கொள்ள முடியவில்லை. சிந்து, வடமேற்கு எல்லை மாகாணம், பலுசிஸ்தான் போன்ற பகுதிகளில் அவருக்கு எதிரான கலகதேவதைகள் எழுந்து ஆட ஆரம்பித்தன. வாழ்க்கை என்பது வன்முறைகளால் ஆனது என்று புதிய இலக்கணத்தை ரத்தத்தால் எழுத ஆரம்பித்தார்கள்.

அக்டோபர் 7, 1958.

ஜனாதிபதி மிர்ஸா, ராணுவத்தின் துணையுடன் ஆட்சியைக் கலைத்துவிட்டார். 1959 ஜனவரியில் நடக்கவிருந்த பொதுத் தேர்தலும் கேன்ஸல் ஆனது.

கொஞ்ச நாளில் நிலவரம் சீராகிவிடக் கூடுமென்றுதான் மிர்ஸா நினைத்தார். ஆனால் இருபது நாள்களில், தானே நாடு கடத்தப்படுவோம் என்பது அவருக்குத் தெரியாது!

8. ராணுவமே ராஜா!

கிழக்கு பாகிஸ்தான் என்பது இன்றைய பங்களாதேஷ். மேப்பில் பார்த்தால், அசப்பில் இந்தியா ஜாடையிலேயே இருக்கும். இந்தியாவின் இடுப்பில் ஏறி உட்கார்ந்த குட்டி இந்தியா மாதிரி.

முஸ்லிம்கள் பெரும்பான்மையோர் வாழ்ந்துவந்த பகுதிகளை மட்டும் இணைத்து பாகிஸ்தான் என்றொரு தேசத்தை உருவாக்கியபோது, இயல்பாக இந்தக் கிழக்குப் பகுதி, ட்ச்டிண டூச்ணஞ்ஜீஐ விட்டுச் சுமார் ஆயிரம் மைல்கள் தள்ளியிருக்க வேண்டியதானது.

கராச்சியிலிருந்து இந்தியா வழியாக டாக்கா வரை ஒரு தொடர்புப் பாதைபோடமுடியுமாஎன்றெல்லாம்முதலில்பேசிப்பார்த்தார்கள். ஒன்றும் சரிப்படவில்லை.

அதனாலென்ன, கடற்கரையோரக் கராச்சிதானே தலைநகரம்? கவனித்துக் கொள்வது ஒன்றும் கஷ்டமில்லை என்று ஜின்னா நினைத்தார். ஆனால், இடத்தால் மட்டுமல்ல. மொழியால், கலாசாரத்தால், மனோபாவத்தால், அணுகுமுறையால் இன்னும் பலவற்றால் கிழக்கு வங்காள முஸ்லிம் மக்கள் எஞ்சிய பாகிஸ்தானியர்களிலிருந்து முற்றிலுமாக மாறுபட்டிருந்ததை ஜின்னா கவனிக்கத் தவறிவிட்டார்.

இது எப்போது வெளிப்பட்டது என்றால், லியாகத் அலிகான் தம் தேசிய மொழிக் கொள்கையை அறிவித்தபோது.

பாகிஸ்தானில், சுமார் ஏழு கோடி மக்கள் பஞ்சாபி பேசுபவர்கள். மூன்றரைக் கோடி மக்கள் பெங்காலி பேசுவார்கள் (கிழக்கு பாக்.கில்

மட்டும்). சுமார் இரண்டு கோடி பேர் பஷ்டு மொழியும், இன்னும் பலர் சிந்தி, சிரைக்கி, பல்ச்சி, ஹின்ட்கோ, பார்வி போன்ற பிரதேச மொழிகளையும் பேசுவார்கள். ஆனால், சுமார் தொண்ணூறு லட்சம் மக்கள் மட்டுமே பேசும் உருதுவை தேசிய மொழி என்று சொன்னால், மக்கள் எப்படி ஏற்பார்கள்?

அரசின் இந்த மொழிக் கொள்கைக்கு எதிராக பஞ்சாபிலும், வங்காளத்திலும் ஏகப்பட்ட எதிர்ப்பு, கலவரம், கசமுசா.

வங்காளிகள், "நாங்கள், வங்காள மொழிதான் பேசுவோம். ரசகுல்லாதான் சாப்பிடுவோம். அதைக் கேட்க நீ யார்?" என்று எகிறிக் குதித்தார்கள்.

'முஸ்லிம்' என்கிற ஓர் அடிப்படை ஒற்றுமை, பிற கலாசார வேற்றுமைகளை நீக்கிவிடும் என்று பாகிஸ்தான் அரசு நினைத்தது.

ஆனால், தம் கலாசார அடையாளங்களை, மதத்துக்காக விட்டுக்கொடுக்க, கிழக்கு வங்காள முஸ்லிம்கள் தயாராக இல்லை.

இந்த மொழிப் பிரச்னை அன்றைய பாகிஸ்தானில் விளைவித்த களேபரங்கள் கொஞ்ச நஞ்சமல்ல. பல தலைகள் உருண்டன. ரத்தம், கத்தி, ரணகளம்!

பாக். அரசு விட்டுக்கொடுப்பதாயில்லை. உருதுதான் தேசிய மொழி என்று அறிவித்ததோடல்லாமல், பள்ளிகளிலும் மதரஸாக்களிலும் உருது வகுப்புகள் தொடங்கவும் ஏற்பாடு செய்தார்கள். பச்சையாகச் சொல்வதென்றால், கட்டாயத் திணிப்பு.

ஆனால், வங்காளம் இந்தத் திணிப்புக்கு உடன்பட மறுத்தது. அங்கிருந்த முஸ்லிம் லீக் தலைவர்கள் உட்பட, யாரும் அரசின் கட்டளையைச் சட்டை செய்ய மறுத்தார்கள்.

"ஜெனிவாவுக்கும், லண்டனுக்கும் போய்வரும்போதுகூட எனக்கு வித்தியாசம் தெரியாது. ஆனால், டாக்காவிலிருந்து கராச்சிக்கு வரும்போது, ஏதோ அந்நிய நாட்டுக்கு வருவது போலிருக்கிறது" என்று பகிரங்கமாகப் பேசினார் அதுர் ரஹ்மான்கான் என்கிற அவாமி லீக் தலைவர்.

வெறுத்துப்போன பாக். அரசு, இயல்பாக வங்காளத்தை கவனிப்பதை கொஞ்சம் கொஞ்சமாக நிறுத்திக்கொண்டது. கிழக்கு

பாகிஸ்தானியர்கள் இஸ்லாமுக்கு எதிராக நடக்கிறார்கள் என்ற பிரசாரமும் கிளப்பிவிடப்பட்டது.

நாள்பட நாள்பட, கிழக்கு பாகிஸ்தான் ஓர் அநாதைப் பிரதேசம் மாதிரி ஆகிவிட்டது.

உள்ளூர்அரசியலில்சுஹ்ரவர்தேபெரியஆள்.அவருக்குப்பின்னால் ஷேக் முஜிபுர் ரஹ்மான். ஜெயிக்கிற ஒரே கட்சி அவாமி லீக்.

அவ்வளவுதான். அவர்களுக்கு மேற்கில் லியாகத் கொல்லப்பட்டாலும் கவலை இல்லை. நிஜாமுதீன் தள்ளப்பட்டாலும் கவலை இல்லை. வருஷத்துக்கு ஒரு பிரதமரா? ஓகே. எங்களுக்கு இத்தனை பேர் மத்திய அரசுப் பிரதிநிதிகளா? சரி. இந்தச் சட்டம் வருகிறதா? சரி. அந்தச் சட்டம் காலாவதி ஆனதா? பரவாயில்லை.

இப்படியொருவிட்டேற்றியானமனோபாவம்பெருகியிருந்தாலும், தாம் புறக்கணிக்கப்படுகிறோம் என்கிற உணர்வு மட்டும் வெறுப்பாக மாறி, அடிமனத்தில் ஒரு தீப்பொறியாக உட்கார்ந்து கொண்டது.

பாக். அரசு மூலம் எந்தவிதமான பொருளாதார உதவிகளும் கிடைக்காத நிலையில், கிழக்கு வங்காளத்தில் விளையும் அபரிமிதமான சணலை ஏற்றுமதி செய்தே, அம்மாகாணம் தன் வருவாயைப் பெரிதும் தேடிக்கொள்ள நேர்ந்தது.

இந்த நிலையில்தான் 1956 தேர்தலில் சுஹ்ரவர்தே, அவாமி லீக் மற்றும் ரிபப்ளிகன் கட்சிகளைக் கூட்டணியாகக் களத்தில் இறக்கி, வென்று மத்தியில் ஆட்சியமைத்தார்.

இனிமேலாவது தங்களுக்கு நல்ல காலம் பிறக்கும் என்று வங்காளிகள் நிம்மதிப் பெருமூச்சு விட்டார்கள்.

ஆனால், நடந்தது வேறு. சுஹ்ரவர்தேயால் ஒரு வருஷம்கூட மேற்கே உட்கார்ந்து ஆட்சி பார்க்க முடியவில்லை. ஒரு சில மாகாணங்கள் தவிர, எஞ்சிய மேற்கு பாகிஸ்தான் மாகாணங்கள் முழுவதிலும் அவருக்கு எதிரான அலை கிளம்பியது. எதிர்க்கட்சிகள், அசெம்ப்ளியில் அவரை பஜ்ஜி பண்ணிவிட்டன.

சட்டம், ஒழுங்கு சுரங்கத்துக்குள் ஓடி ஒளிய, கலவரம் மட்டுமே அப்போது பாகிஸ்தானின் தேசிய அடையாளமாயிற்று. அக்டோபர் 7, 1958ல் பிரசிடெண்ட் மிர்ஸா, சுஹ்ரவர்தேயின் ஆட்சியைக் கலைத்தார்.

தாற்காலிகமாக ராணுவ ஆட்சியை அமைத்துக்கொண்டு, நிலைமை சீரானதும் எலெக்ஷன் நடத்தலாம் என்பது அவரது எண்ணம்.

ஆனால் இருபது நாள்களில் நிலைமை வேறுவிதமானது. 'நைட் வாட்ச்மேனாக' ஆட்சிக்கு வந்த ராணுவம் மிர்ஸாவையே மிரட்டி, டிஸ்மிஸ் செய்துவிட்டது. மேற்கொண்டு பாகிஸ்தானில் இருந்தால் உயிருக்கே ஆபத்து என்ற நிலையில், அவர் லண்டனுக்கு ஓடிப் போனார்.

அவரை 'நாடு கடத்திவிட்டதாக' அறிவித்துவிட்டு ஆட்சியைக் கையில் எடுத்துக்கொண்டார், ராணுவத் தளபதி ஜெனரல் முகம்மது அயூப்கான்!

இன்றைய முஷாரஃபின் தொழில்வழித் தாத்தா இவர்தான்.

திடீரென்று ஜனாதிபதி ஓர் ஆட்சியைக் கலைக்கிறார். இருபது நாள்களில் அதே ஜனாதிபதியை ராணுவம் நாடு கடத்துகிறது என்றால், மக்கள் என்ன செய்வார்கள்?

அதுதான் பாகிஸ்தானில் (வெற்றிகரமாக) நடந்த முதல் ராணுவப் புரட்சி. ராணுவம் எப்படி அரசாளும்? என்னவெல்லாம் செய்யும்? எடுத்ததற்கெல்லாம் சுட்டுவிடுவார்களா? ரேடியோ கேட்கலாமா? சினிமா பார்க்கலாமா? விடிந்தால் பேப்பர் வருமா? எதுவும் புரியாமல் எல்லாவற்றைக் குறித்தும் கவலைப்பட்டு நின்றார்கள் பாகிஸ்தான் மக்கள்.

ராணுவ ஆட்சி குறித்த அச்சம் இருந்தாலும், அயூப்கான் மேல் நம்பிக்கை இருந்தது பாக். மக்களுக்கு.

1954ல் முகமதலி போக்ரா தலைமையில் கேபினட் அமைத்தபோது, ராணுவத் தளபதியாக இருந்த அயூப்கான்தான் பாதுகாப்புத்துறை அமைச்சராகவும் இருந்தார். ஒரே வருஷம். ஆட்சி கலைந்து, அமைச்சர் பதவி போனாலும், ராணுவத் தளபதியாகத் தொடர்ந்து நீடித்தார்.

பிறவி அரசியல்வாதிகளால் தரமுடியாத ஒரு நல்ல ஆட்சியை, ராணுவத் தளபதியாவது தருகிறாரா பார்க்கலாம் என்று காத்திருந்தார்கள், பாக். மக்கள்.

அயூப்கான் அரசியல்வாதி அல்ல. ஆனால், அரசியல்வாதிகளை நன்கு அறிந்தவர்.

"செயல்படத் தெரியாத ராஸ்கல்கள் நாட்டை நாசமாக்கிவிட்டார்கள். பொருளாதாரம் பாதாளத்துக்குப் போய்விட்டது. நம்பிக்கையுடன் நாம் சரி செய்வோம்" என்கிற அறிவிப்புடன்தான் ஆட்சியைப் பிடித்தார் அயூப்.

1951ல்முதல்பாகிஸ்தான்ராணுவகமாண்டர்என்கிறபெருமையுடன் தன் 'பொது வாழ்க்கை'யைத் தொடங்கியவர் அயூப். (அவருக்கு முன் தளபதியாக இருந்தவர், டக்ளஸ் கிரேஸிபிரிட்டிஷ்காரர்.) பிரமாதமான போர்க்கள சாதனைகளோ, மிகுந்த ராஜதந்திரம் உடையவரோ அல்ல.

சொல்லப்போனால், பல சீனியர்களை ஓரம்கட்டிவிட்டு, அவருக்கு 'தளபதி' போஸ்ட் கொடுத்ததற்கு ஒரேகாரணம் அரசுக்குப் பிரச்னை தரமாட்டார்; அரசியல் ஆர்வம் இல்லாதவர் என்று தலைவர்கள் நம்பியதுதான்!

அதே அயூப்கானால் அதிபர் விரட்டப்பட்டு, ராணுவ ஆட்சி அமுலுக்கு வந்தது தமாஷான விசித்திரம்.

ஆட்சியைக் கையிலெடுத்துக் கொண்டதும், அயூப்கான் செய்த இரண்டு அதிரடிக் காரியங்கள், பாகிஸ்தானையே நடுநடுங்கச் செய்தன.

ஒன்று, எல்லா அரசியல் கட்சிகளையும் படுதீவிரமாகக் கண்காணித்தது. யாராவது ஒரு தலைவர் கொட்டாவி விட்டால்கூட, மறுவிநாடி அது பிரசிடெண்ட்டுக்கு தெரிந்துவிடும்.

இரண்டாவது ட்ரேட் யூனியன் தலைவர்கள், மாணவர்கள், மதத் தலைவர்கள் (இமாம்கள்) இம்மூன்று பிரிவினரும் அரசியல் பேசாமல் பார்த்துக்கொண்டது.

ஆட்சிக்கு எந்தப் பிரச்னையானாலும், அது மேற்சொன்ன நான்கு பிரிவுகளிலிருந்துதான் உண்டாகும் என்று அயூப் கணித்தார்.

அது உண்மைதான் என்று பாக். அரசியல் சரித்திரம் பின்பு நிரூபித்தது.

சொல்லப்போனால், அயூப் பதவி விலகவே அதுதான் காரணமாயிற்று!

ஆனால், ஒன்று சொல்ல வேண்டும். அயூப்கானுக்கு முன்பும் சரி, பின்னாலும் சரி பாகிஸ்தானுக்கு அத்தனை நல்லது செய்த தலைவர்கள் வேறு யாருமே கிடையாது இன்றுவரை!

பாகிஸ்தான் சரித்திரத்தில் ஜின்னாவுக்குப் பிறகு, அயூப் ஒரு மறக்க முடியாத பர்ஸனாலிடி.

9. ஆக்ஷன் ஹீரோ அயூப்

ராவல்பிண்டியிலிருந்து சுமார் எழுபது கிலோமீட்டர் தொலைவில் உள்ளது, ரெஹனா என்கிற கிராமம். அதிகம் படிப்பறிவில்லாத, எளிய விவசாய மக்கள். ரூலர் தடி மாதிரி நீண்ட, தடிமனான சுருட்டு பிடித்துக்கொண்டு, அரச மரத்தடியில் உட்கார்ந்து பஞ்சாயத்து பண்ணும் அந்தப் பிரதேசத்து சின்னக் கவுண்டர்கள் வைத்ததுதான் அங்கே சட்டம். எந்த வகையிலும் பாகிஸ்தானின் சரித்திரத்தை மாற்றி கீற்றி எழுதக்கூடிய ஒரு ஜென்மம் அங்கே பிறக்கக்கூடும் என்று யாருமே எதிர்பார்த்திருக்க முடியாது.

1907, மே 14ம் தேதி அயூப்கான் பிறந்தது அங்கேதான்.

பஞ்சாபி கலாசார பாதிப்புள்ள முஸ்லிம் குடும்பம் அவருடையது. ‘ஹின்ட்கோ’ என்கிற பிரதேச மொழி பேசும் ஆழ்ந்த மதப்பற்றுள்ள தந்தை; அன்பைத் தவிர வேறு மொழி அறியாத தாய்; ஆளுக்கொரு பக்கம் பிழைப்புத் தேடி அலைந்த நான்கு உடன்பிறப்புகள்.

அயூபின் குடும்பம் ஓரளவு வசதியானதுதான். அவரது தந்தை மிர்தாத்கான் ஒரு முன்னாள் ராணுவ வீரர். பிளவுபடாத இந்தியாவில், பிரிட்டிஷ் ராணுவத்தில் மேஜராக இருந்து ரிடையர் ஆனவர்.

தம் முதல் நான்கு பிள்ளைகளை நல்ல உத்தியோகத்துக்கு அனுப்ப நினைத்த மிர்தாத்கான், அயூபை மட்டும் ஒரு மதபோதகராக்க விரும்பினார். திருக்குர்ஆன் முழுவதையும் கற்றுத்தேர்ந்து ஒரு பண்டிதனாக தம் மகன் விளங்கவேண்டும் என்பது அவர் ஆசை.

இந்த ஆசையில் தம் இளம் வயதிலேயே ஒரு பிடி மண்ணை அள்ளிப்போட்டார் அயூப்.

சிம்பிள்! ஒரு சாதாரண வாய்த் தகராறில் ஆரம்பித்து, ரெஹனா கிராமத்து மௌல்வியை நிற்கவைத்து நாலு சாத்து சாத்திவிட்டு, அதோடு தம் மதப் படிப்புக்கும் குட்பை சொல்லிவிட்டார் அயூப்கான். துணிச்சல்!

ஆனாலும் மிர்தாத்கானுக்கு மனசு கேட்கவில்லை. 'பண்டிதன் ஆகாவிட்டாலும் பரவாயில்லை; இஸ்லாத்தை ஒழுங்காகப் புரிந்துகொள்ளவாவது செய். அன்பை அடிப்படையாகக் கொண்ட இஸ்லாத்தை உணர்ந்தாலே உன் முரட்டுத்தனம் ஒழிந்துவிடும்' என்று சொல்லி, அயூபை அலிகார் பல்கலைக் கழகத்துக்கு அனுப்பினார்.

1877ல் தொடங்கப்பட்ட அலிகார் பல்கலைக்கழகம், அந்நாளில் அத்தனை இஸ்லாமிய மாணவர்களுக்கும் ஒரு கனவுப் பிரதேசம். நவீன யுகத்துக்குத் தேவையான கல்வியையும், ஒழுக்கத்தை அடிப்படையாகக்கொண்ட இஸ்லாத்தின்சாறையும்சமவிகிதத்தில் கலந்து அளிப்பதற்குப் பேர் போன இடமாக விளங்கியது அது.

அயூப் தன்னை முதன்முதலாக 'உணர்ந்த' இடம் அதுதான்! பின்னாளில் பாகிஸ்தானின் நலனுக்காக அவர் வகுத்த அத்தனை திட்டங்களுக்கும் அஸ்திவாரமிட்டது, அக்கல்லூரி அவருக்குத் தந்த அனுபவங்கள்தான்.

"வெவ்வேறு பகுதிகளிலிருந்தும், வெவ்வேறு பின்னணியுடனும் வெவ்வேறு கருத்துக் குவியல்களுடனும் வருகிற மக்களிடம் எப்படிப் பழகுவது? எப்படி சகஜ நிலையைத் தக்கவைத்துக் கொள்வது? எப்படி உலகை அணுகுவது என்றெல்லாம் எனக்குக் கற்றுக்கொடுத்தது அலிகார் பல்கலைக் கழகம்தான்" என்று தம் சுயசரிதையில் (Friends not Masters) எழுதுகிறார் அயூப்கான்.

"இஸ்லாத்தைப் பின்பற்றுவது என்பதற்கு பழைமைவாதம் பேசிக்கொண்டிருப்பது என்று அர்த்தமல்ல. இருபதாம் நூற்றாண்டு மனிதனை இன்னும் பல நூற்றாண்டுகளுக்குப் பின்னால் மதத்தின் பெயரால் போகச்சொல்வது என்பது மதத்துக்கும், மனித குலத்துக்குமே செய்கிற துரோகம் ஆகும்" என்று பின்னாளில் அவரைப் பேசவைத்தது (மே 1959ஒரு பொதுக் கூட்டத்தில்) அலிகாரில் அவர் கற்றதன், சிந்தித்ததன் விளைவே ஆகும்.

அலிகார் பல்கலைக்கழகத்திலிருந்து நேராக லண்டனுக்குச் சென்று, ராணுவக் கல்லூரியில் படித்துவிட்டுத் திரும்பிய அயூப், முதலில் பிரிட்டிஷ் ராணுவத்தின் பஞ்சாப் பிரிவில் கொஞ்சநாள் பயிற்சி எடுத்தார். பிறகு டெல்லியிலிருந்த ராணுவத் தலைமையகத்தில் ஆபீசராகக் கொஞ்சநாள்.

இரண்டாம் உலகப்போர் சமயம், பர்மாவுக்குச் சென்று அஸ்ஸாம் படைப்பிரிவில் இருந்து சிறப்பாகப் பணியாற்றியதாக, ரெக்கார்டுகள் சொல்கின்றன.

ஆனால், பிரமாதமான சாதனைகள் ஏதும் அவரது ராணுவ சரித்திரத்தில் இல்லை. சொல்லப்போனால் அயூபின் சாதனைகளின் தொடக்கமே பாக். அரசியலில் அவர் வெற்றிகரமாக நிகழ்த்திய அந்த 1958 ராணுவப் புரட்சியில்தான் ஆரம்பிக்கிறது.

அடிப்படையில் அயூபுக்கு அரசியல் ஆர்வம் அவ்வளவாகக் கிடையாது. அவர் படித்த சந்துஸ்ட் ராணுவக் கல்லூரி சொல்லித்தந்த பாலபாடமே, “ராணுவம் அரசுக்கு உதவவேண்டுமே தவிர, உபத்திரவமாக இருக்கக் கூடாது” என்பதுதான்.

பாக். அரசியல்வாதிகளின் கீழ்த்தரமான அரசியல் சதுரங்க ஆட்டம், ஊழல் நாற்றம், லஞ்ச லாவண்யப் பேயாட்டம் ஆகியவை சராசரி மக்களை எரிச்சல்படுத்தியது போலவே, அயூபையும் கடுப்பாக்கியது.

அவர் ராணுவத் தளபதியாகவும், கொஞ்சம் ‘ஷார்ட் டெம்ப்பர்ட்’ பர்சனாலிட்டியாகவும் இருந்ததுதான் அவரை அப்படியொரு ராணுவப் புரட்சிக்குத் தூண்டிவிட்டது என்கிறார்கள் பல சரித்திர ஆராய்ச்சியாளர்கள்.

“வலுவான, நன்கு நிர்வகிக்கப்பட்ட, சரியான தலைமை கொண்ட ராணுவம் மட்டுமே இனி பாகிஸ்தானைக் காப்பாற்ற முடியும்” என்று அறிவித்துவிட்டு, அவர் பாக்.கின் தலைமை நிர்வாகியாகப் பொறுப்பேற்றுக்கொண்டபோது அரசியல் ரீதியிலும் சரி; பொருளாதார ரீதியிலும் சரி பாகிஸ்தான் மிகவும் பிற்பட்ட நிலையில் இருந்தது.

காரணம் அரசும் சரி, அரசியல்வாதிகளும் சரி, அப்போது நூறு சதவீதம் சமூக விரோதிகளின் கட்டுப்பாட்டிலேயே இருந்ததுதான்! உலகம் வியக்கும் அளவுக்குக் கடத்தல்கள், மாபெரும் கருப்புச்

சந்தை, ஏகப்பட்ட போதைப்புழக்கம், மூலைக்கு மூலை தீவிரவாதம் என்று பாகிஸ்தான் ஓர் இருண்ட பூமியாக மாறிக்கொண்டிருந்த நேரம் அது.

அயூப் பதவிக்கு வந்ததும் செய்த முதல் காரியம் கடத்தல்காரர்களை வளைத்துப் பிடித்ததும், கருப்புப் பண முதலைகளை அடையாளம் கண்டு சிறைப்பிடித்ததும்தான்.

ஒரு சமயம், கராச்சியில் ஒரே நாளில், பத்தாயிரம் மூட்டை கடத்தல் பொருட்களை ராணுவம் கைப்பற்றியது உலகையே மூக்கின்மேல் விரல்வைக்கச் செய்தது!

அயூப் இத்தகைய சமூகக் குற்றங்களுக்கு மிக மிகக் கடுமையான தண்டனைகள் விதித்தார். இவை தவிர, சிறு குற்றங்களுக்கும் தண்டனைகள் அதிகரிக்கப்பட்டன.

உதாரணமாக, பொது இடங்களில் சிறுநீர் கழித்தால், ஓராண்டு கடுங்காவல் சிறை என்று ஒரு சட்டம் கொண்டு வந்தார், அயூப். கிராமப்புறவாசிகள் இதனால் ஒவ்வொரு வயல்வறப்பின் ஓரத்திலும், ஒரு மினி டாய்லெட் (தகரத்தில்) கட்டிக் கொண்டார்களாம்.

நகரவாசிகள்? கேட்கவே வேண்டாம். மூச்சா வந்துவிட்டால், ஒரே ஓட்டம்தான்!

கராச்சியில் அகதிகளுக்குத் தங்குமிடம் சரிவரக் கட்டித் தரப்படவில்லை என்பதற்காக, நல்வாழ்வுத்துறை அமைச்சராக இருந்த ஆஸம்கான் என்பவரின் அரசு வீட்டைப் பிடுங்கிக்கொண்டு நடுரோட்டில் நிற்க வைக்கும் அளவுக்கு, மக்கள் நலன் மேல் அக்கறை கொண்டவராயிருந்தார் அயூப் கான்.

மக்களின் அடிப்படைத் தேவைகளை நிறைவேற்ற சரியான வழிவகைகள் செய்து முடித்து, பொருத்தமான அதிகாரிகளையும் நியமித்தபின், அவரது கவனம் வெளியுறவின் பக்கம் திரும்பியது.

அமெரிக்கா, சீனா, ஈரான், சவுதி அரேபியா போன்ற தேசங்களுடன் நல்லுறவும், பொருளாதார லாபங்களும் பாகிஸ்தானுக்கு உண்டாக அப்போது அயூபின் அமைச்சரவையில்

வெளியுறவுத்துறை அமைச்சராயிருந்த ஜுல்பிகர் அலி புட்டோ (பின்னாளில் பாகிஸ்தானின் சூப்பர் ஸ்டார் பிரதமர்!) முக்கியக் காரணமாயிருந்தார்.

ஆனாலும், என்ன முயன்றும் ஒரு விஷயம் மட்டும் சரிப்படவில்லை. அது இந்தியாவுடனான உறவு. தன் காலத்துக்குள் காஷ்மீர் பிரச்னையை எப்படியாவது தீர்த்துவிட வேண்டும் என்பது அயூபின் ரகசியக் கனவு. அதுவும் ஏப்ரல் 1962ல் ராணுவ ஆட்சியைத் திரும்பப் பெற்றுக்கொண்டுதானே தேசத்தின் பிரசிடெண்ட்டாக (மக்களின் ஏகோபித்த ஆதரவுடன்) உட்கார்ந்தபிறகு, அதற்கான வாய்ப்பும், நேரமும் கூடிவரும் என்று அவர் நினைத்தார். ஆனால், ஆகஸ்ட் 1953ல் காஷ்மீரில் ஷேக் அப்துல்லா அரசு டிஸ்மிஸ் செய்யப்பட்டபோது, அயூபின் கனவு தகர்ந்தது.

ஜம்மு காஷ்மீருக்கான பிரத்தியேக அரசியலமைப்புச் சட்டப் பகுதிகள் 1957ல் இந்திய அரசால் அறிவிக்கப்பட்டபோது அயூப் மேலும் கடுப்பானார்.

காஷ்மீர் இந்தியாவின் ஒரு பகுதி என்பதையே ஏற்றுக்கொள்ள முடியாதவர்களால், அதற்கென தனி சட்டதிட்டங்கள், தேர்தல், புதிய முதல்வர், அவரது இந்திய விசுவாசப் பிரமாண அறிவிப்பு இவற்றையெல்லாம் எப்படிச் சகித்துக்கொள்ள முடியும்?

இதற்கெல்லாம் சிகரம் வைத்தாற்போல் ஒரு சம்பவம் நடந்தது.

ஸ்ரீநகரிலுள்ள ஹஸ்ரத்பால் மசூதியில் பாதுகாப்பாக வைக்கப்பட்டிருந்த முகம்மது நபிகளின் ஒரு முடி (ரோமம்) காணாமல் போய்விட்டது.

முகலாய மன்னர் ஔரங்கசீப் காலத்திலிருந்து ஹஸ்ரத்பாலில் இருந்துவரும் புனிதப் பொருள் அது. அது தொலைந்து (பின்பு கிடைத்துவிட்டது) போனது பாகிஸ்தானில் பெரும் கொந்தளிப்பை உண்டாக்கியது. காஷ்மீரிலிருந்து அகதியாக பாகிஸ்தானுக்குச் சென்ற முஸ்லிம்களும் அங்கே ஒருநாள் கண்டன ஆர்ப்பாட்டம் நடத்தினார்கள். இதன் விளைவு, இன்னொரு யுத்தத்துக்கு எழுதப்பட்ட முன்னுரையின் முதல் பேராவாகிவிட்டது.

10. போர், போர்!

சுமார் பத்தரை வருடங்கள். அக்டோபர் 1958லிருந்து மார்ச் 1969 வரை பாகிஸ்தானின் அசைக்கமுடியாத சர்வாதிகாரியாக இருந்தார் அயூப்கான்.

ராணுவப் புரட்சி மூலம் ஆட்சியைப் பிடித்தாலும், மக்களுக்கு அவரைப் பிடித்திருந்தது அவர் செய்த புண்ணியம். அதுமட்டுமல்ல, சந்தர்ப்பச்சூழ்நிலைகளும் 1965 வரை அவருக்குப் படுசாதகமாகவே இருந்து வந்தன.

1962ல் ஒரு மாதிரியான செமி ஜனநாயகத்தை நாட்டுக்கு அறிமுகப்படுத்தினார் அயூப். அவர் பாஷையில் இதற்கு *Guided Democracy* என்று பெயர்.

அதாவது, நாடெங்கிலுமிருந்து 80,000 மக்கள் பிரதிநிதிகள் தேர்ந்தெடுக்கப்பட்டனர். (பஞ்சாயத்து பிரசிடெண்ட்டுகள் மாதிரி) இவர்களெல்லாம் சேர்ந்து ஓட்டுப் போட்டு அதிபரைத் தேர்ந்தெடுப்பார்கள். பிரதமரையும், பிற அமைச்சர்களையும் அதிபர் தேர்ந்தெடுப்பார். அவர்கள் பிரசிடெண்ட் சொல்கிறபடி கேட்டு ஆளவேண்டியது.

இதுதான் அயூபின் 'கெய்டட் டெமாக்ரஸி' ஃபார்முலா.

அவரே கொண்டுவந்த திட்டம்தான் என்றாலும், அந்த 80,000 புண்ணியவான்கள் தன்னையே அதிபராகத் தேர்ந்தெடுப்பார்களா என்கிற சந்தேகம் அயூபுக்கு இருந்தது. எலெக்ஷன் சமயம் நல்ல ஜுரம் வருகிற அளவுக்கு பயம்.

ஆனால், மக்கள் அவரை ஏமாற்றவில்லை. அந்த முறை மட்டுமல்ல; 1965ல் மீண்டும் அதிபர் தேர்தலின்போது, அயூபை எதிர்த்து

ஜின்னாவின் சகோதரி (பாத்திமா ஜின்னா) நின்றபோதும், அவர்கள் அயூப்கானையே பிரசிடெண்ட்டாகத் தேர்ந்தெடுத்தார்கள்.

இத்தனை மக்கள் செல்வாக்கு இருந்ததால்தான், அயூப்கானால் பாகிஸ்தானுக்குப் பல நல்ல காரியங்கள் செய்ய முடிந்தது.

குறிப்பாக, வெளியுறவு விஷயத்தில் பல குறிப்பிடத்தக்க முன்னேற்றங்களை அவர் நிகழ்த்தினார். சீனாவின் ராணுவ உதவி, அமெரிக்காவின் பொருளாதார உதவி எல்லாம் அயூப் ஆட்சிக்குக் கிடைத்த பரிசுகள்.

இத்தனை இருந்தும், தம் ஆட்சியின் கடைசிக் காலத்தில் அவர் படுகேவலமான முறையில் பதவி விலகவேண்டியதானது. அயூப் 'தூக்கி வளர்த்த' ஜுல்பிகர் அலி புட்டோ அவருக்கு எதிராகக் கொடிபிடித்து களம் இறங்கினார். அதுவரை இருக்குமிடம் தெரியாதிருந்த பல கட்சிகளும் அவற்றின் தலைவர்களும் நாளுக்கொரு பேரணி, ஊருக்கொரு கண்டனக் கூட்டம் என்று அயூபுக்கு எதிராகக் கலவரத்தில் இறங்கினார்கள்.

வால் ஒட்ட நறுக்கப்பட்டு முடங்கிக்கிடந்த கடத்தல்காரர்கள் படு ஜாலியாகத் தம் பிஸினஸில் மீண்டும் இறங்கி கொழிக்க ஆரம்பித்தார்கள். வீதிஓரத்தில்அல்லநடுவீதியிலேயேஒண்ணுக்குப் போய் 'பெப்பே' காட்டத் தொடங்கினார்கள் விடலைகள்.

கற்பனைக்கெட்டாத அதிகாரமும், சக்தியும் படைத்திருந்த அயூப்கானால், ஏன் அப்போது செயல்பட முடியாமல் போனது?

இதற்கு பதில் 1965ல் நடந்த இந்தியாபாக். போரில் இருக்கிறது.

'63ல் நடந்த ஹஸ்ரத்பால் மசூதி விவகாரம் மட்டுமல்ல; இந்த யுத்தத்துக்கு வேறு பல வேண்டாத காரணங்களும் சேர்ந்துகொண்டன.

ஒன்று, கட்ச் பகுதியிலிருக்கும் 'ரான்' என்ற இடத்தில் நேர்ந்த எல்லைப் பிரச்னை. அநேகமாக மாதம் மும்மாரி குண்டுமழை பொழிகிற பிரதேசம் அது. எப்போதும் இரு தேசத்துப் படைகளுக்கும் அங்கே சில்லறைச் சண்டைகள் நடந்துகொண்டே இருக்கும். இம்முறை பெரிதாக வெடித்துவிட்டது.

சொல்லப்போனால், காஷ்மீர் பிரச்னைக்கு சுமுகமாக ஒரு தீர்வு உண்டாக்கும் விதமான பேச்சுவார்த்தைக்காக அயூப் இந்தியா வரவிருந்த நேரம் அது. ஆனால், மிகுந்த நம்பிக்கையுடன் காத்திருந்த பிரதமர் நேருவின் திடீர் மரணம் (மே 27, 1964), மொத்தமாக எல்லாவற்றையும் மாற்றி எழுதிவிட்டது.

நேருவுக்குப் பிறகு பிரதமர் பொறுப்பேற்ற லால்பகதூர் சாஸ்திரி, அரசியல் அமைப்புச் சட்டத்தின் 356, 357 வது பிரிவுகளை காஷ்மீரின் கொண்டையில் சொருகி வைத்தார், முதல் காரியமாக.

அதாவது, ஆட்சியைக் கலைத்துவிட்டு பிரசிடெண்ட் ரூல். காஷ்மீர் முதல்வராயிருந்த ஷேக் அப்துல்லா அப்போது சமாளிக்க முடியாதவராயிருந்ததே இதற்குக் காரணம்.

தொடர்ந்து காஷ்மீரில் நடந்த கலவரங்கள், குண்டுவெடிப்பு, தகராறுகள் ஆகியவை இரு நாடுகளையுமே கவலை கொள்ளச் செய்தன. காஷ்மீர் பாதுகாப்பாக இருக்க வேண்டுமே என்ற கவலை சாஸ்திரிக்கு. பேசித் தீர்க்க வழியே இல்லாமல், காஷ்மீர் இனி கையில் அகப்படாமலே போய்விடுமோ என்ற கவலை அயூப்கானுக்கு.

இந்தக் காரணங்களெல்லாம் போதாதென்று, வேறொரு விவகாரம் மிக்க காரணமும் சேர்ந்துகொண்டது 1965 யுத்தத்துக்கு.

அது நதிநீர்ப் பிரச்னை. இந்தியப் பகுதி இமயமலையில் உற்பத்தியாகிற சிந்துநதி, பல கிளைகளாகப் பிரிந்து பாகிஸ்தானின் நிலங்களை நனைத்து, ஓடி அரபிக்கடலில் கலக்கிறது பூகோளப்படி.

ராட்கிளிஃப் கிழித்த கோடு, நதிகளையும் பிளந்தது என்று முன்னர் பார்த்தோமல்லவா? அதன் விளைவு இப்போது பெரிதாக வெடிக்க ஆரம்பித்தது.

பஞ்சாபின் செழுமைக்குக் காரணம் கேட்டால், பள்ளிக்கூடப் பையன்கள்கூடச் சொல்லிவிடுவார்கள், ஐந்து நதிகள் பாய்கிறதென்று.

அப்போதைய இந்திய அரசு இந்த நதிகளின் நீரை வீணாக்காமல், வயல்களுக்குச் செலுத்த பல கால்வாய்களை வெட்ட உத்தரவிட்டது.

தவிரவும், பல உபயோகத் திட்டங்களுக்குமான யோசனைகள் பரிசீலிக்கப்பட்டு வந்தன. இந்த வேகமான பரிசீலனை, பாக்.கை வேறுவிதமாக அச்சம் கொள்ளச் செய்தது.

பூகோள ரீதியில் இந்தியப் பகுதி உயர்வாகவும், சிந்து நதிக் கிளைகள் பாயும் பாக். பகுதிகள் தாழ்வாகவும் இருப்பதால், இந்தியாவின் விவசாயத் திட்டங்களில் மாட்டி, நதிநீர் தம் பரப்புக்கு வருவதே குறைந்து விடுமோ என்று பயந்தது பாகிஸ்தான்.

இத்தனைக்கும் உலக வங்கி உதவியுடன், சரியாக திட்ட மதிப்பீடு செய்யப்பட்டு, 'எனக்குப் பாதி உனக்குப் பாதி' என்று பிரித்துக்கொண்டு ஆரம்பிக்கப்பட்ட ப்ராஜெக்ட்தான் அது.

அதாவது, சிந்து மற்றும் அதன் இரண்டு கிளைகளான ஜீலம், செனாப் ஆகிய மூன்றும் பாகிஸ்தானுக்குச் சொந்தம். இந்தியா அதில் கை அல்லது கால் வைக்கமுடியாது.

அதேமாதிரி, மற்ற மூன்று கிளை நதிகளான ராவி, பியாஸ், சட்லெஜ் மூன்றும் இந்தியாவுக்கு. பாகிஸ்தான் இவற்றில் பாத்தியதை கொள்ளமுடியாது.

இத்தனை தெளிவான திட்டம் போட்டுக் கொடுத்திருந்தும் பாகிஸ்தான், 'இந்தியா நதிநீர் வரவைத் தடுக்கிறது' என்று குற்றம் சாட்டத் தொடங்கி, யுத்தத்துக்கு அதுவும் ஒரு காரணமாகக் கூறப்பட்டது ஒரு தனிப்பட்ட காமெடி ட்ராக்.

மனத்தளவில் இந்தியா மிகவும் தளர்ந்திருந்த நேரம் அது.

59ல் திபெத்தை சீனா ஆக்கிரமிக்க, தப்பிவந்த தலாய்லாமாவுக்கு இந்தியா அடைக்கலம் கொடுத்ததால்தான் சீனாவுடனான நட்பு முறிந்தது.

இதன் தொடர்ச்சியாக 62ல் நடந்த சீனப் போரில் இந்தியா படுதோல்வி அடைந்து, (இது தனிக்கதை. பாக். சரிதத்துடன் தொடர்பற்றது என்பதால் விவரிக்க இயலவில்லை.) பிரதமர் நேருவையும் இழந்து தத்தளித்துக் கொண்டிருந்த நேரம் அது.

இதனால், கட்ச் பகுதியில் நடந்த எல்லைத் தகராறிலும் இந்திய ராணுவத்தால் சிறப்பாகச் செயல்பட இயலாதது வெட்டவெளிச்சமாகத் தெரிந்தது.

இந்தியாவின் பலவீனமான தருணம் இது என்று கணித்து, இப்போது தாக்கினால் காஷ்மீர் நம் பக்கம் வந்துவிடும் என்று உறுதிகூறி, போருக்குப் பிள்ளையார் சுழி போடவைத்தவர் பாக். கின் வெளியுறவு அமைச்சராயிருந்த புட்டோ.

அயூப்கான், புட்டோவைத் தலைமேல் வைத்துக் கொண்டாடிக் கொண்டிருந்த தருணம் அது. ஒரு மிகச்சிறந்த ராஜதந்திரியைத் தம் அயலுறவு அமைச்சராகப் பெற்றிருக்கிறோம் என்கிற பெருமை அப்போது அயூப்கானுக்கு இருந்தது. ஆகவே, கேள்வி கேட்காமல் ஒப்புக் கொண்டார்.

இதை வகையாகப் பயன்படுத்திக்கொண்ட புட்டோ, அயூபுக்கு மற்றொரு யோசனையும் தெரிவித்தார்.

இந்தியாவுடன் யுத்தம் தொடங்குவதற்கு முன்னால், ராணுவ ரீதியில் சீனாவின் ஒத்துழைப்பைக் கேட்டுப் பெறலாம் என்பதே அது! எதிரிக்கு எதிரி நண்பனல்லவா? அயூப் துள்ளிக் குதித்தார்.

உடனே பீஜிங்குக்குப் பறந்துபோய், சீனப் பிரதமர் சூ என் லாயைச் சந்தித்துப் பேசினார்.

1965ன் ஆரம்ப மாதங்களில், அயூபின் நடவடிக்கைகள் என்னென்ன என்பது குறித்து சரித்திர ஆய்வாளர்கள் ஆளுக்குப் பலவிதமாக எழுதுகிறார்கள். காரணம், அவரது அப்போதைய அத்தனை நடவடிக்கைகளுமே படு ரகசியமாகவோ, மிக அதிரடியாகவோ இருந்ததுதான்.

அதிபர் மாளிகை செகரட்டரியிடம் போய் அயூப் எங்கே என்று கேட்டால், "இப்போதுதான் படுக்கப் போனார். நான் பார்த்தேனே?" என்பாராம்.

அவர் வரையில் அது சரிதான். செகரட்டரி பார்க்கிற விதமாக படுக்கப் போகிற அயூப், அடுத்த ஒருமணி நேரத்தில் வேறுவழியாக விமான நிலையத்துக்குப் போயிருப்பார்!

இது செகரட்டரிக்கு மட்டுமல்ல; வேறு ஒரு ஈ, கொசுவுக்குக்கூடத் தெரியாது.

யாராவது ஒரு அமைச்சருக்கு அதிபரிடமிருந்து போன் வரும். அடுத்த ஒரு மணியில் 'என்னை அலுவலகத்தில் வந்து பார்'

என்று சொல்லும்போது, அவர் வேறொரு ஊரிலோ, தேசத்திலோ அப்போதுதான் புறப்பட்டுக் கொண்டிருக்கிறார் என்பது அந்த அமைச்சருக்கே தெரியாது. சொன்ன இடத்தில், சொன்ன நேரத்தில் அயூப் இருப்பார்!

எப்படி? அதுதான் அயூப்.

ஓரிரு ராணுவ உயர் அதிகாரிகளுக்கும், புட்டோவுக்கும் மட்டுமே அயூபின் 'மூவ்' தெரிந்திருந்தது அப்போது.

அதனால்தான் 1965ம் ஆண்டு காஷ்மீர் தொடங்கி, அநேகமாக கட்ச் பகுதி வரை பரவலாகப் பல இடங்களில் இந்தியா பாக். வீரர்கள் மோத ஆரம்பித்து, 'முறைப்படி' போர் தொடங்கியபோது, "ஆ! போரா? எப்போது ஆரம்பித்தது? எப்போது திட்டம் போட்டார்கள்?" என்று ஒட்டுமொத்த பாக். அமைச்சர்களுமேகூட ஆச்சர்யப்பட்டார்களாம்.

11. ஆபரேஷன் கிப்ரால்டர்

ஐரோப்பிய சரித்திர அறிமுகம் உள்ளவர்களுக்கு 'மூர்' என்கிற முரட்டுக் குடிமக்களைப் பற்றித் தெரிந்திருக்கும். கிப்ரால்டர் நீர்ச்சந்தி வழியாக ஸ்பெயினுக்குள் நுழைந்து, ரகளையாக ஒரு யுத்தம் நிகழ்த்தி, வெற்றிக்கொடி நாட்டிய வரலாறை, இன்னும் ஸ்பெயின் தேசத்து அஞ்சாங்கிளாஸ் குழந்தைகள் படித்துக் கொண்டிருக்கின்றன.

அந்த மாதிரி ஒரு மகத்தான வெற்றியை உத்தேசித்துத்தான் 1965 யுத்தத்துக்கு பாகிஸ்தான், 'ஆபரேஷன் கிப்ரால்டர்' என்று ரகசியப் பெயர் வைத்தது.

கட்ச் பகுதியிலுள்ள 'ரான்' பிரதேசத்து எல்லைத் தகராறில் ஐ.நா. நுழைந்து, தீர்த்துவைத்துச் சில மாதங்கள்கூட ஆகியிருக்கவில்லை, அப்போது. இந்தியாவை மூச்சுவிட்டுக்கொள்ளக்கூட அவகாசம் தரக்கூடாது என்கிற உத்தேசத்தில், காஷ்மீரில் தன் அடுத்த காய்களை நகர்த்த ஆரம்பித்தது பாகிஸ்தான்.

ராணுவத்திலிருந்து 30,000 வீரர்கள். பிறகு, ஆஸாத் காஷ்மீர் போராளிகள் சில ஆயிரம் பேர். வடமேற்கு எல்லைப்புற மாகாண பாதுகாப்புப் படை வீரர்கள் கொஞ்சம் பேர். போதாக்குறைக்கு ரஸாக்கர்கள், முஜாகிதின்களின் படை.

இந்தப் பெரும் படையை எட்டுப் பிரிவுகளாகப் பிரித்து, படைக்கு ஒரு பிரிகேடியர் தலைமையில் தன் வசமுள்ள காஷ்மீர் பகுதி வழியே (POK) கட்டுப்பாட்டு எல்லைக் கோட்டை தாண்டவைத்தது பாகிஸ்தான்.

1947 யுத்தத்தின்போது ஏற்பட்ட தோல்வியையும், அவமானத்தையும் பாகிஸ்தான் மறக்கவில்லை.

இம்முறை உலகம் தன்னைப் பழிகூறாத மாதிரி ஒரு பாதுகாப்பு வளையத்தை அமைத்துக்கொண்டு போரிட முடிவு செய்தது.

அதன்படி, முதலில் காஷ்மீருக்குள் நுழையும் பாகிஸ்தான் கூலிப்படை, அங்குள்ள மக்களோடு மக்களாகக் கலந்து, அரசுக்கு எதிரான பிரசாரங்களைச் செய்து, கலவரத்துக்குத் தூபம் போடுவது.

அவர்களை போலீஸ் கைது செய்யுமல்லவா? அந்தச் சமயம் 'சொந்தச் சகோதரர் துன்பப்படுவது கண்டு பொறுக்க முடியாமல்' பாக். பிடியிலிருக்கும் காஷ்மீர் பகுதியிலிருந்து 'போராளிகள்' ஆயுதம் ஏந்தி வருவார்கள் என்பது மாதிரி ஒரு செட்டப்.

இம்முறை பாகிஸ்தானின் கணக்கு தப்பவில்லை. கலவரக்காரர்களால், ஆளும் காஷ்மீர் அரசே கலகலத்துப் போகும்விதமாக ஆகிவிட, சமயம் பார்த்துக் கொண்டிருந்த பாக். கூலிப்படையினர், விரைந்து முன்னேறி காஷ்மீர் வானொலி நிலையத்தையும், ஸ்ரீநகர்விமானதளத்தையும்கைப்பற்றிவிட்டனர்.

உடனே தம்மை 'காஷ்மீர் புரட்சிப்படை' என்பதாக அறிவித்துக்கொண்டு, காஷ்மீர் முஸ்லிம்களைக் காப்பாற்றுங்கள் என்று உலகநாடுகளுக்கு போலிவேண்டுகோள்ஒன்றைவிடுத்தனர்.

உண்மையில் அந்த வேண்டுகோள் நாடகம் ஒரு சிக்னல்.

காஷ்மீர் கைவசம் வந்துவிடும் என்று தெரிந்ததும், இந்த 'சிக்னலை' தெரியப்படுத்தினால், உடனே பாக்.கின் ரெகுலர் ராணுவம் காஷ்மீருக்குள் நுழைந்துவிடும் என்பது அவர்கள் ஏற்பாடு.

தோதாக, காஷ்மீர் மக்களும் 'பாகிஸ்தான் தம்மைக் காக்க வரும் தேவதூதன்' என்பதாக நம்பி, ஒத்துழைப்புத் தருவார்கள் என்பது எதிர்பார்ப்பு.

மறுபுறம் ஸ்ரீநகரிலுள்ள வானொலி நிலையம், விமான தளத்தைக் கைப்பற்றியதோடு மட்டுமல்லாமல், ஸ்ரீநகருக்கு வெளியே செல்லும் பாதைகளும் மறிக்கப்பட்டன. பாலங்களை உடைத்து வீழ்த்தினார்கள். தகவல் தொடர்பு முற்றிலுமாகத் துண்டிக்கப்பட்டது.

இத்தனை விஷயங்களை துல்லியமாகத் திட்டமிட்ட பாகிஸ்தான், ஒரே ஒரு விஷயத்தில் மட்டும் கோட்டைவிட்டுவிட்டது.

அது, இந்திய ராணுவத்தின் வியூகம் குறித்த முன்யோசனை. தவிர, ஒருபோதும் காஷ்மீர் மக்கள் இந்திய ராணுவத்திற்கு எதிராகச் செயல்படமாட்டார்கள்என்கிற சரியானதகவலும் அயூப்கானுக்குத் தரப்படவில்லை.

ஆகஸ்ட் 5, 1965 அன்று கட்டுப்பாட்டுக் கோட்டை தாண்டி பாக். ராணுவம் வந்தபோதே, இந்திய ராணுவம் ஸ்ரீநகர் ‘புரட்சியாளர்களை’ஒடுக்கி,தம்கட்டுக்குள்கொண்டுவந்துவிட்டது.

கார்கில் - லே நெடுஞ்சாலை, ஹஜிபிர் நெடுஞ்சாலை போன்ற மிக முக்கிய சாலைகளை வளைத்திருந்த பாக். படையினருடன் போராடி மீட்டுவிட்டிருந்தனர். துண்டுத் துண்டாக காஷ்மீரின் பல பகுதிகளில் பாக். படை ஊடுருவியிருந்ததால், இந்திய ராணுவமும் பல குழுக்களாகப் பிரிந்தே போரிட வேண்டியிருந்தது.

சம்ப், நௌஷேரா ஆகிய இரு இடங்கள்தான் பாக். படையினரால் ‘மிக முழுமையாக’ ஆக்ரமிக்கப்பட்டிருந்தது.

அதாவது, அந்த இடங்களின் உயரம், சுலபத்தில் எட்டக்கூடியவையல்ல. இவை தவிர, ஹஜிபிர் பூஞ்ச் நெடுஞ்சாலையிலுள்ள ‘ரஜா போஸ்ட்’ என்கிற பகுதியும் முற்றிலுமாக பாக். படையினரின் வசம் இருந்தது.

ஆகவே, யுத்தம் மிக உக்கிரமாக நடந்தது. பனியைக் கிழித்துக் கொண்டு சீறிய குண்டுகள், நிலத்தை ரத்தத்தால் ஈரப்படுத்தின.

யுத்தம் வெற்றி தோல்வி என்று சில வரிகளில் கூறிவிட முடிகிறது. ஆனால், இமயமலைப் பகுதியில் ஒரு வீரர் படுகிற கஷ்டங்கள் கொஞ்ச நஞ்சமல்ல.

அவ்வளவுகூட வேண்டாம். ஒரு குன்றைக் கைப்பற்றப் போகும் ஒவ்வொரு வீரரும், எத்தனை சுமைகளைத் தூக்கிச் செல்கிறார்கள் தெரியுமா?

1.2 கிலோ எடையுள்ள இரும்பு தலைக் கவசம். ஒரு எஸ்.எல்.ஆர். ரைஃபிளின் எடை 4.5 கிலோ. உணவுப் பொருட்கள் 2 கிலோ.

குறைந்த பட்சம் 100 ரவுண்ட்கள் வருமளவு வெடிமருந்து 32 கிலோ. இத்தனையையும் சுமக்கும் தோள்பை இரண்டு கிலோ. 1.4 கிலோ அளவுள்ள தண்ணீர் பீப்பாய். இவைதவிர, மலையேறும் கயிறு, மற்ற உபகரணங்கள் ஒரு ஒன்றரை கிலோ. குளிர் உடைகள் ஏழரை கிலோ. ராக்கெட் லான்ச்சர், மெஷின் கன்கள் தனி!

குன்றின் உச்சியில் எதிரி இருந்தால், பெரும்பாலும் பீரங்கித் தாக்குதல்கள்தான் நடைமுறை. சமயத்தில் இடம் பார்த்துத் தாக்கும் ராக்கெட் லான்ச்சர்கள் உபயோகப்படுவதுண்டு. ஏறக்கூடிய குன்று என்றால் வெறும் துப்பாக்கி, குண்டுகளுடன் வழுக்கு மரம் ஏறுவது மாதிரிகூட ராணுவத்தினர் ஏறிவிடுவார்கள்.

ஆகஸ்ட் 5ம் தேதி பாக். படை ஊடுருவியதிலிருந்து செப்டம்பர் 21ம் தேதி வரை மிகக் கடுமையாக நடைபெற்ற யுத்தம் 22ம் தேதி சட்டென்று மௌனமடைந்து நின்றது.

அடிப்படையில் அமைதி விரும்பியான சாஸ்திரி, போர் நிறுத்தத்துக்காக உலக நாடுகள் விடுத்த வேண்டுகோளுக்கு இணங்கினார்.

இழப்புகள் மிக அதிகம். ஆனபோதிலும், காஷ்மீர் வசப்படவில்லை என்ற நிலையில் அயூப்கானுக்கும் வேறு வழியில்லாமல் போனது.

காரணம் பாகிஸ்தானை ஆதரிக்கும் அமெரிக்காவும் போரை நிறுத்தச் சொல்லி குரல் கொடுத்துவிட்டது.

அமெரிக்கா மட்டுமின்றி, அப்போதைய சோவியத் யூனியன், பிரிட்டன் அரசுகளும் போர் நிறுத்த விருப்பம் தெரிவிக்கவே, பாகிஸ்தான் சம்மதித்தது.

ஆனால், போர் நிறுத்தம் என்பது 'அஃபிஷியலாக' யூனிபாரம் அணிந்த வீரர்களுக்கு மட்டும்தானே? பாக்.கின் 'அன் அஃபிஷியல்' ராணுவம் ராஜஸ்தான் பஞ்சாப் எல்லைப் பகுதிகளில் தொடர்ந்து வாலாட்ட, இந்திய வீரர்கள் அவர்களை பாக். எல்லை வரை விரட்டிச்சென்று போரிட்டு, 'வழியனுப்பி'த் திரும்பினார்கள்.

போர் முழுக்க நின்ற பின்னர், அமைதிப் பேச்சுவார்த்தை தொடங்கியது.

இந்தியப் பிரதமர்சாஸ்திரி, பாக். அதிபர்அயூப்கான்தவிர, சோவியத் யூனியனின் பிரதமர் கோசிஜின்னும் தாஷ்கண்டில் நடந்த அந்த உச்சி மாநாட்டில் கலந்து கொண்டார்.

உலகப் புகழ்பெற்ற தாஷ்கண்ட் ஒப்பந்தம் அமலுக்கு வந்தது.

1. போருக்கு முன் இரு நாடுகளுக்கும் எது எல்லையாக இருந்ததோ, அதுவே தொடர்ந்து எல்லையாக இருக்கும். காஷ்மீரில் மட்டுமல்ல; காஷ்மீர் தொடங்கி, கட்ச் வரை உள்ள எல்லைக்கோட்டுக்கும் இதுவே இறுதிக் கட்டுப்பாடு.

2. போர்க் கைதிகளை இரு தரப்பிலும் மரியாதையாகத் திருப்பி அனுப்ப வேண்டும்.

3. இரு நாடுகளின் கலாசார பொருளாதார உறவுகள் மேம்பட வேண்டும். அகதிகள் பிரச்னை குறித்து சுமுகமாகப் பேசித் தீர்க்க வேண்டும்.

உலகம் வியந்து பாராட்டிய இந்த ஒப்பந்தத்தை, முடித்த மறு தினமே லால்பகதூர் சாஸ்திரி மாரடைப்பால் காலமானது, இந்தியாவின் துரதிர்ஷ்டமென்றால், ஒரு நல்ல அமைதித் தீர்வுக்கு ஆரம்பப் புள்ளி வைத்த (நிர்ப்பந்தத்தால்தான் என்ற போதிலும்) அயூப்கானை பாக். அரசியல்வாதிகள் தூற்றியதும், கண்டனப் புரட்சி செய்ததும் பாகிஸ்தானின் துரதிர்ஷ்டம்.

சூப்பர்மேன் மாதிரி அசைக்கமுடியாத இமேஜுடன் இருந்த அயூப்கானின் சரிவு, அந்த யுத்தத்தின் இறுதியில் தொடங்கிவிட்டது.

1965 யுத்தத்துக்குப் பிறகு, நான்கு வருடங்கள் அவர் பாகிஸ்தான் அதிபராக இருந்தார். இந்த நான்கு வருடங்களும், அவருக்கு நான்கு யுகங்களாகத்தான் கழிந்தன.

சொல்லப்போனால், அயூபின் கடைசிக் காலம் ஒட்டுமொத்த உலக ராணுவ ஆட்சியாளர்களுக்குமே ஒரு பாடம்.

அவர் சந்தித்த அத்தனை பிரச்னைகளிலும் முக்கியமானதும், முதன்மையானதுமானது கிழக்கு பாகிஸ்தான் பிரச்னைதான்!

ஒரு வரியில் சொல்வதென்றால், அயூபின் சட்டைப் பாக்கெட்டில் கொளுத்திப் போடப்பட்ட அணுகுண்டு அது!

12. கான்2

அயூப்கானுக்கும் லால்பகதூர் சாஸ்திரிக்கும் தாஷ்கண்டில் ஏற்பட்ட ஒப்பந்தம், பாகிஸ்தானில் மிகப்பெரிய புரட்சிக்கு அஸ்திவாரமிட்டது. இதற்கு மிக முக்கியக் காரணம், ஜுல்ஃபிகர் அலி புட்டோ.

புட்டோவுக்கு முதலில் போரை நிறுத்தியதிலேயே உடன்பாடு இல்லை. இந்தோனேஷியா, துருக்கி, சவுதி அரேபியா போன்ற நாடுகளுக்குச் சென்று ரகசியமாக 'ஆதரவு' திரட்டிக்கொண்டு அவர் திரும்பியிருந்தபோதுதான் ஐ.நா. தலையிட்டு, போரை நிறுத்தியிருந்தது.

புட்டோவுக்கு அதுவே சப்பென்று ஆகிவிட்டது ஒருபுறம் என்றால், தாஷ்கண்ட் ஒப்பந்தத்துக்கு முன் நடந்த முதல்கட்டப் பேச்சுவார்த்தையில் புட்டோதான் இந்தியாவுடன் பேசினார் (அப்போதைய இந்திய வெளியுறவுத்துறை அமைச்சர் ஸ்வரண்சிங்குடன்). ஆனால், தாஷ்கண்டில் சாஸ்திரியுடன் பேசும்போது அயூப்கான் நைஸாக புட்டோவைக் கழற்றிவிட்டுவிட்டார்.

உலக நாடுகளின் நிர்ப்பந்தம், பாக்.கின் பொருளாதார நிலைமை போன்ற பல காரணங்கள் அயூபை யோசிக்க வைத்திருக்க வேண்டும்.

ஆனால், போரைக் கைவிடும் விதமான எவ்வித சமரசத்துக்கும் புட்டோ சம்மதிக்கமாட்டார் என்பதால், பேச்சுவார்த்தைக்கு அவரை அழைக்கவில்லை.

இது புட்டோவை மிகவும் எரிச்சலூட்டியது. போருக்கான திட்டம் வகுத்துத் தந்த தன்னையே இந்த ஆள் கழற்றி விடுகிறானே என்கிற கடுப்பு.

பார்த்தார். எந்த வகையில் அயூபை கதிகலக்கலாம் என்று யோசித்து, ஒரு முடிவுக்கு வந்தார்.

எந்த கல்லூரி மாணவர்களை அரசியல் ஆர்வம் காட்டவிடாமல் அயூப் தடுத்து, மிரட்டி வைத்திருந்தாரோ அதே மாணவர்களைத் தூண்டிவிடும் வேலையை மங்களகரமாகத் தொடங்கினார்.

அவ்வளவுதான். முதன்முதலில் பஞ்சாப் பல்கலைக்கழக மாணவர்கள் கலவரத்துக்குத் தேங்காய் உடைத்து ஆரம்பித்து வைத்தார்கள். லாகூர் நகரம் ஆம்புலன்ஸில் ஏறியது. கடைகள், வீடுகள் அடித்து நொறுக்கப்பட்டன. அங்கே தடியடி, இங்கே தடியடி, எங்கும் வெடிகுண்டு, எதிலும் ரத்தம் என்று நகரம் நரகமானது.

லாகூரில் பற்றவைத்த இந்த நெருப்பு, சுமார் நாற்பத்தெட்டு மணி நேரத்தில் அநேகமாக மேற்கு பாகிஸ்தானின் அத்தனை பகுதிகளையும் பற்றிக்கொண்டது.

“அமைதிக்காக, நம் தேசத்தையே விற்றுவிட்டார் அயூப்!” என்று தெருத்தெருவாகப் பிரசார பீரங்கிகள் முழங்கின.

“தான் நல்ல பெயர் வாங்கிக்கொள்ள காஷ்மீரை காவு கொடுத்துவிட்டார்” என்று அரசியல் கட்சிகளும் ஒத்து ஊத ஆரம்பித்தன.

ஜனவரி 13, 1966 அன்று லாகூரில், பல கட்சிகளைச் சேர்ந்த மிக முக்கியத் தலைவர்கள் பலர் (மவுலானா மவுதுதி, சவுத்ரி முகமது அலி, நஸ்ருல்லாகான் இன்ன பிறர்) ஒன்றுகூடி அயூபுக்கு எதிராகத் தீர்மானம் இயற்றினர்.

“தேசத்தின் கௌரவத்தை அடகுவைத்து அமைதியை வாங்கியது மன்னிக்கமுடியாத பலவீனம்” என்று தாஷ்கண்ட் ஒப்பந்தத்தை விமர்சித்தனர்.

இத்தனைக்கும் சூத்திரதாரியாகப் பின்னணியிலிருந்து செயல்பட்டு வந்த புட்டோ, அப்போது ‘நீண்டநாள் விடுப்பில்’ சென்றிருந்தார்.

தமது வெளியுறவுத் துறை அமைச்சர் இனி திரும்பி வரமாட்டார் என்றுஅயூப்ஒருவாறுயூகித்திருந்தார்.ஆனால்,தான்செய்யக்கூடியது ஒன்றுமில்லை என்றும் அவருக்கு உறுதியாகத் தெரிந்தது.

எதிர்பார்த்தது போலவே, 1966 ஜூனில் புட்டோ தன் பதவியை ராஜினாமா செய்துவிட்டு, ‘பாகிஸ்தான் மக்கள் கட்சி’ என்றொரு புதிய கட்சியைத் தொடங்கினார்.

புட்டோவின்பாலிஸிமிகஅழகானது, எளிமையானது. பாகிஸ்தான் மக்களின்மனோபாவத்தைஒட்டிவடிவமைக்கப்பட்டது.தேசபக்தி இஸ்லாம் காஷ்மீர் என்கிற மூன்று ஆதாரத் தூண்களின்மேல் நிறுத்தப்பட்ட இரும்பு ப்ளேட் மாதிரியான கொள்கை அவருடையது.

பிரமாதமாகப் பேசுவார். கேட்பவர் கிரங்கிப் போகிற விதமான பேச்சு. உணர்ச்சிக் கொந்தளிப்பும், ஆக்ரோஷமும், தீவிரமும்மிக்க அவரது பேச்சு ஒட்டுமொத்த பாகிஸ்தான் மக்களையும் மகுடிப் பாம்பாக மயக்கியது.

இனி பாகிஸ்தானில் மக்களாட்சி என்று ஒன்று உண்டானால் அது புட்டோவால் மட்டும்தான் முடியும் என்று மக்கள் நம்பும்படியாக இருந்தன அவரது நடவடிக்கைகள்.

அயூபின் படிப்படியான வீழ்ச்சியையும், மேற்கு பாகிஸ்தானில் புட்டோவின் எழுச்சியையும் கவனித்துக்கொண்டே வந்த கிழக்கு பாகிஸ்தான், தனக்கும் ஏதாவது நல்லது நடக்கவேண்டுமென்றால், அது இப்போது நடந்தால்தான் உண்டு என்று முடிவு செய்தது.

ஷேக் முஜிபுர் ரஹ்மான் தனது பிரசித்தி பெற்ற ஆறு அம்ச கோரிக்கைகளை முன்வைத்து, கிழக்கு பாகிஸ்தானுக்குத் தனித்து இயங்கும் சுதந்தரம் வேண்டி போராட ஆரம்பித்தார்.

ஆரம்பத்தில் புட்டோவுடன் இணைந்து அயூபை ஒழித்துக்கட்ட நினைத்த முஜிபுரின்அவாமிலீக், புட்டோதம்ஆறுஅம்சதிட்டத்தை ஆதரிக்காததால், தனித்துப் போராட முடிவு செய்தது.

புட்டோவுக்கும், முஜிபுர் ரஹ்மானுக்கும் இருந்த பெரிய வித்தியாசம் இதுதான்!

கிழக்கு பாகிஸ்தான் சுதந்தர நாடாக, சுகமாக இருக்க, தம்மைச் சேர்ந்தவர்களுடன் தாம்தான் போராட வேண்டும் என்று முஜிபுர் நினைத்தார்.

பாகிஸ்தானின் பிரதமராக விரும்பிய புட்டோவோ, அயூபை 'அகற்ற', அவரது ஆட்களை நட்பாக்கிக் கொள்வதுதான் சிறந்த வழி என்று முடிவு செய்தார்.

புட்டோவின் ராஜதந்திரத்தை வேறு யாரோடும் ஒப்பிட முடியாமல் திகைக்கிறார்கள் அரசியல் விமர்சகர்கள்.

196669 காலகட்டத்தில், அவரது 'மூவ்', அவரது ஆதரவாளர்களாலேயே சுலபத்தில் புரிந்துகொள்ள முடியாமலிருந்திருக்கிறது.

உதாரணமாக, அயூபின் அமைச்சரவையிலிருந்து பதவி விலகினாலும், பிற அமைச்சர்களுடன் (முக்கியமாக உள்துறை, ராணுவத்துறை) சுமுகமான உறவையே மேற்கொண்டார் புட்டோ.

பொதுக்கூட்ட மேடைகளில் அயூபைக் கடுமையாகத் தாக்கும் அதே வேளையில், அவரது அமைச்சர்களை அனுதாபத்துடன் ஆதரித்துப் பேச புட்டோ தவறியதில்லை.

இதைவிடவும் ப்ரில்லியன்ட்டான அவரது நடவடிக்கை, அப்போது பாகிஸ்தானின் ராணுவ ஜெனரலாயிருந்த (அயூபால் நியமிக்கப்பட்ட)ஆகாமுகம்மதுயாஹியாகானுடன்மிகநல்லஉறவு வைத்திருந்ததும், அடிக்கடி அவருடன் சேர்ந்து விருந்துண்ணும் அளவுக்கு (ரகசியமாகத்தான்) நெருக்கமாக இருந்ததும்தான்.

"இந்த மனுஷனை புரிஞ்சிக்கவே முடியலியே" என்று பாகிஸ்தானின் பிற எதிர்க்கட்சித் தலைவர்கள் அத்தனை பேரும் சிண்டைப் பிய்த்துக்கொள்ளும்விதமாக இருந்தது புட்டோவின் நடவடிக்கைகள்.

ஆனால், புட்டோவின் கணக்கு வேறு. இப்படியே எல்லா தரப்பும் எதிர்த்துக்கொண்டிருந்தால் கூடிய சீக்கிரம் அயூப்கான் ராஜினாமா செய்துவிடுவார், ஆனால் தேர்தல் நடத்த விடமாட்டார். தனக்கடுத்த ராணுவ ஜெனரலான யாஹியாகானிடம் தேசத்தைக் கொடுத்துவிடுவார் என்று புட்டோ எதிர்பார்த்தார்.

அதற்கேற்பவே சம்பவங்களும் நடந்து வந்தன. நவம்பர் 10, 1965 அன்று பெஷாவரில் நடந்த ஒரு பொதுக்கூட்டத்தில், பல்கலைக் கழக மாணவர் ஒருவர் அயூப்கானை கொல்ல முயற்சி செய்ய, அதன் விளைவுகள் எங்கெங்கோ போய், இறுதியில் புட்டோவைக் கைது செய்வதில் வந்துநின்றது!

இது போதாதா?

புட்டோவை ஒரு முதல்தரமான தேசபக்தர், தியாகி என்கிற நிலைக்கு உயர்த்தி, அவரைப் 'பழி வாங்கும்' அயூபை ஆட்சியைவிட்டு அகற்றும் பணியில், புட்டோ கட்சியினர் தீவிரமாக ஈடுபட்டனர்.

இதே சமயத்தில், கிழக்கு பாகிஸ்தானிலும் சுதந்தரம் சமத்துவம் கேட்டுப் போராடிய அவாமி லீக் மக்களை வன்முறைக்குத் தூண்டுவதாகக் குற்றம்சாட்டி, ஷேக் முஜிபுர் ரஹ்மானைக் கைது செய்தார்கள்.

பாகிஸ்தான் மீண்டுமொரு கலவரப் புயலில் சிக்கிச் சின்னாபின்னமான நேரம் அது.

திரும்பிய பக்கமெல்லாம் வெடிச்சத்தம், கண்ணீர்ப்புகை, கல்வீச்சு.

நிலைமை கட்டுக்கடங்காமல் போகவே, அவசர அவசரமாகக் கைது செய்த இரு தலைவர்களையும் வெளியேவிட்டு, பேச்சுவார்த்தைக்கும் வெற்றிலை பாக்கு வைத்து அழைக்கவேண்டிய கட்டாயம் அயூபுக்கு ஏற்பட்டது. ஆனால், நாலு பைசாவுக்குப் பிரயோஜனமில்லாத பேச்சுவார்த்தை!

பேச்சுவார்த்தைக்காகவே சிறையிலிருந்து வெளியே வந்த முஜிபுர் ரஹ்மான், கூலாக அதைப் புறக்கணித்துவிட்டு வீட்டுக்குப் போய்விட்டார்!

இதற்குமேல் தாக்குப்பிடிக்க முடியாது என்று அயூப்கானுக்குத் தோன்றியது. தனிப்பட்ட முறையில் இது தனக்கு ஏற்பட்ட பெரும் தோல்வி என்றே அவர் கருதினார்.

மார்ச் 17, 1969. மறுபடியும் ராணுவ ஆட்சியைக் கொண்டுவந்தார். இந்த செமி ஜனநாயகம், 'கெய்டட் டெமாக்ரஸி' எல்லாம் பாகிஸ்தானுக்குச் சரிப்படாது என்கிற முடிவுக்கு வந்தவர்,

25ம் தேதி பொறுப்புகள் அத்தனையையும் ராணுவ ஜெனரல் யாஹியாகானிடம் கூப்பிட்டுக் கொடுத்துவிட்டு, பதவியை ராஜினாமா செய்தார்.

புட்டோ என்றோ எதிர்பார்த்த நடவடிக்கை!

பிளவுபடாத இந்திய ராணுவத்திலும், இரண்டாம் உலகப் போரிலும் பங்கேற்றுப் பணியாற்றியிருந்த யாஹியாகான், பாகிஸ்தானின் தலைமை ராணுவ ஆட்சியாளராகப் பொறுப்பேற்ற சமயத்தில், அநேகமாக பாகிஸ்தானின் கஜானா கழுவித் துடைத்து வைக்கப்பட்டிருந்தது.

ஏதாவது புதிதாக நிதி வருமா என்று எதிர்பார்க்க வேண்டிய நிலைமை.

ஆனால், அது பற்றியெல்லாம் கவலைப்படக்கூட யாஹியாவுக்கு அவகாசம் இருக்கவில்லை.

அவரது விதி அப்போதே 'டாக்கா'வில் எழுதப்பட்டுவிட்டிருந்தது பாவம் அவருக்குத் தெரியாது!

13. அலை அலையாக அகதிகள்!

உலகில் நடந்த மிகக் கொடூரமான இனப்படுகொலை எது என்றால், முதலில் யூதர்களுக்கு எதிராக ஹிட்லர் நடத்திய கொலைகளைச் சொல்வார்கள். பிறகு இலங்கையைச் சுட்டிக் காட்டுவார்கள். லத்தீன் அமெரிக்க நாடுகளிலும் தென் ஆப்பிரிக்காவிலும் நடந்த கொடுமைகளைச் சொல்வார்கள்.

ஆனால், மனிதகுலமே வெட்கப்படும் அளவுக்கு 1971ல் பங்களாதேஷில் பாகிஸ்தான் ராணுவம் நிகழ்த்திய படுகொலைகள், அந்நாட்டுச்சரித்திரத்தின் வெளுக்க முடியாத கருப்புப் பக்கங்கள்.

"எத்தனையோ பல ஆண்டுகளாக ராணுவத்தை நடத்தி அனுபவப்பட்டவன் நான். ராணுவத்தை ஆள்வதற்கும், நாட்டை ஆள்வதற்கும் என்ன பெரிய வித்தியாசம் இருக்கப் போகிறது?" என்று கேட்டபடி அயூபுக்குப் பிறகு ஆட்சியைக் கையில் எடுத்தார் ஜெனரல் யாஹியாகான்.

கிழக்கு பாகிஸ்தான் சுதந்தர தாகம் எடுத்து பற்றி எரிந்து கொண்டிருந்த நேரம் அது. மேற்கே அமர்ந்து ஆட்சி புரிந்துகொண்டிருக்கும் எந்தத் தலைவரும் ராணுவத் தளபதியும் தங்களை ஒரு பொருட்டாகக்கூடக் கருதாத வெறுப்பு, கிழக்கு பாகிஸ்தான் மக்களிடம் மிகுந்திருந்தது. பாகிஸ்தானின் ஒரு பகுதிதான். ஆனாலும், 'மேப்'பிலிருந்து வேண்டாமல் கிழித்தெறிந்த துண்டு மாதிரி கவனிப்பாரற்றுக் கிடக்கிற நிலைமை எத்தனை நாள்களுக்கு? மத்திய அரசில் போதிய பிரதிநிதித்துவம் இல்லாத காரணத்தால், எந்த ஒரு வளர்ச்சித் திட்டத்துக்கும் வாய்ப்பில்லாமலே கிடந்தது கிழக்கு வங்காளம்.

வெடிக்கத் தயாராக, சந்தர்ப்பத்தை எதிர்பார்த்திருந்தார்கள் மக்கள். 'கிழக்கு பாகிஸ்தான்' என்கிற அடையாளத்தை முற்றிலுமாகத்

துறந்து, பங்களாதேஷ் என்கிற பெயரில் சுதந்தர நாடாகும் தினமே அவர்களது தினசரிக் கனவாக இருந்தது.

அப்போதைய கிழக்கு பாகிஸ்தானின் ஒரே பெரிய கட்சி அவாமி லீக். ஒரே சரித்திர புருஷர் (சுஹரவர்தேவுக்குப் பிறகு) ஷேக் முஜிபுர் ரஹ்மான்.

முஜிபுரை நிரந்தரத் தலைவராக ஏற்றுக்கொண்ட அவாமி லீகின் தாஜுதீன், கொண்டேகர் (இவர் பிறகு முஜிபுருக்கு எதிராகச் செயல்பட்டு, பரிதாபமாக வீழ்ச்சி கண்டவர்), சையத் நஜ்ருல் போன்ற தலைவர்கள் சுதந்தர பங்களாதேஷுக்கான திட்டங்களை வகுக்கும் பணியில் தீவிரமாக ஈடுபட்டிருந்தனர்.

அந்த நிலையிலும்கூட முஜிபுர் ரஹ்மான், ஆளும் யாஹியாகான் அரசிடம் சமரசமான சில வேண்டுகோள்களை முன்வைத்துப் பார்த்தார்.

"தனி நாடு கேட்கவில்லை. ஆனால், தனித்து முடிவெடுத்து இயங்கும் சௌகர்யமாவது செய்து கொடுங்கள். ராணுவ ஆட்சியை விலக்கிக்கொண்டு மக்களாட்சிக்கு வழி செய்யுங்கள். கிழக்கு பாகிஸ்தானுக்கான உரிமைகளை மறுக்காதீர்கள்" என்று கேட்டுப் பார்த்தார்.

யாஹியா மசியவில்லை. ஆகவே, வேறு வழியில்லாமல் கிழக்கு வங்காளம் புரட்சிக்குத் தயாரானது. அவாமி லீகின் முக்கியத் தலைவர்கள் பலர் ரகசியமாக இந்தியாவுக்கு வந்து இங்குள்ள அதிகாரிகளுடனும் கலந்து பேசினார்கள்.

இதற்கிடையில் தேச நலனுக்கு ஊறு விளைவிக்கும் விதமாக, அகர்தலாவில் கிழக்கு பாகிஸ்தான் தலைவர்கள் கூடிப் பேசுவதாக யாஹியாவுக்குத் தகவல் போக, பாதுகாப்புக் காரணங்களுக்காக முஜிபுர் ரஹ்மானைக் கைது செய்துவிட்டது ராணுவம்!

போதாது? தீப்பிடித்துக் கொண்டது வங்காளத்தில்.

'முக்தி பாஹினி' என்றொரு புரட்சிப் படை உதயமானது. படித்தவர்கள், கல்லூரியில் படித்துக் கொண்டிருந்தவர்கள், பெரிய உத்தியோகங்களில் இருந்தவர்கள், வேலையே

இல்லாதவர்கள் சமூகத்தின் எந்தத் தரப்பினரும் பாக்கியில்லை. சுதந்தர பங்களாதேஷிற்காகப் போராடுவதற்காக அத்தனை பேரும் ஆயுதமேந்தி, முக்தி பாஹினியில் உறுப்பினராகத் தொடங்கினார்கள்.

முஜிபுர் கைதாகி சிறையில் இருந்த நிலையில், டாக்கா நகரிலேயே ஒரு ரகசிய இடத்தில் இருந்து, புரட்சி அரசாங்கம் செயல்படத் தொடங்கியது. சையத் நஜ்ருல் 'ஆக்டிங் பிரசிடெண்ட்'டாகவும், தாஜுதின் 'ஆக்டிங் பிரதமராகவும்' செயல்பட, மக்களுக்குத் தகவல்களை உடனுக்குடன் கொண்டுசேர்க்கிற பொறுப்பை 'சுதந்தர பங்களாதேஷ் வானொலி நிலையம்' ஏற்றுக் கொண்டது.

எந்த நிமிடம் என்ன ஆகும் என்று சொல்லமுடியாத சமயம் அது. ஒரு நள்ளிரவுப் பொழுதில் யாஹியாகான் டாக்கா வந்து இறங்கினார். ராணுவத்திடம் நிலைமையைக் கேட்டார்.

"யாரால் பிரச்னை?"

"படித்தவர்களால்."

ஒரே கேள்வி. ஒரே பதில். விளைவு? ஒரே கட்டளை!

"கிழக்கு வங்காளத்தில் படித்தவர்கள், பண்டிதர்கள், பிராமணர்கள் யாரும் உயிரோடு இருக்கக்கூடாது!"

பூமி ஒரு விநாடி நின்று சுழன்றாற்போலிருந்தது. ராணுவத்தினரிடையே அப்படியொரு பேரமைதி. அடுத்த சில மணி நேரங்களில் வெடிக்கப்போகிற அவல ஓலங்களுக்குக் கட்டியம் கூறும்விதமான அமைதி அது.

உறங்கிக் கொண்டிருந்தவர்கள், உலவிக் கொண்டிருந்தவர்கள், இளைஞர்கள், முதியவர்கள், நோயாளிகள் ஒருவர் பாக்கியில்லை.

வீடு வீடாக, வீதி வீதியாக, நகரம் நகரமாக, கிராமம் கிராமமாக ராணுவம் நுழைந்து கொலைவெறித் தாக்குதல் நிகழ்த்த ஆரம்பித்தது. குறிப்பாக, இன்ஜினீயர்கள், வழக்கறிஞர்கள், ஆசிரியர்கள் என்று தொழில்ரீதியில் தேடித் தேடி கொல்ல ஆரம்பித்தார்கள்.

கண்ணில்பட்ட பெண்கள் அத்தனை பேரும் கற்பழிக்கப்பட்டு, கொன்று வீசப்பட்டனர். ஒரு தலைக்கு ஒரு தோட்டா வீதத்தில், சில மணி நேரங்களில் டாக்கா நகரச் சாலை முழுவதும் பிணங்களால் நிறைந்தது!

வங்கக் கடலுக்குச் சென்று சேர்ந்த கங்கை முழுவதும் சிவந்திருந்தது என்று எழுதுகிறார் வங்காளக் கவிஞர் ஒருவர்.

அப்படியொரு திடீர்த் தாக்குதலை எதிர்பாராத 'முக்திபாஹினி' புரட்சிப் படையினர் செய்வதறியாமல் திகைக்க, எதிர்த்துப் போராட தெம்பில்லாத அப்பாவி மக்கள் மறுபுறம் உயிர்பிழைக்க ஊரைவிட்டு ஓட ஆரம்பித்தார்கள். தப்பி ஓடியவர்களை விரட்டிச் சென்று கொன்றது ராணுவம்.

அந்த நிமிடம் வரை பாகிஸ்தானின் உள்நாட்டுப் பிரச்னையாக இருந்த விஷயத்தில் இந்தியா தலையிட வேண்டி நேர்ந்தது அப்போதுதான்.

கால்நடையாகவும், மாட்டு வண்டிகளிலும், கழுதைகள் மீதும் ஏறி பங்களாதேஷ் எல்லை கடந்து, இந்தியாவுக்கு வந்து குவிய ஆரம்பித்தார்கள் மக்கள்.

சொத்து சுகங்களை இழந்து, அடுத்த வேளை உணவே கேள்விக்கு றியான நிலையில், ஆதரவுதேடி வந்த மக்கள். அவர்களின் எண்ணிக்கை, நூறு, ஆயிரத்தில் தொடங்கி, லட்சங்களைத் தாண்டி, ஓரிரு மாதங்களில் ஐம்பது லட்சத்தைத் தொடவே, மிரண்டு போனது இந்தியா. சராசரியாக ஒரு நாளைக்கு அறுபதாயிரம் பேர் பங்களாதேஷிலிருந்து அகதிகளாக எல்லை கடந்து வந்து சேர, அவர்களுக்கான உணவு, தங்குமிடம் தருவதில் கடும் நெருக்கடி ஏற்பட்டது.

இந்திராகாந்தி மிக வேகமாகச் செயல்பட்டார். எல்லையில் வந்து குவியும் அகதிகளை கவனிக்க, உடனடியாக ஒரு தனிப்படை அமைக்கப்பட்டது. பதற்றம் ஏற்பட்டால் சமாளிக்கும் விதமாக இந்திய ராணுவமும் உஷார் படுத்தப்பட்டது. அகதிகளுக்குத் தேவையான மருத்துவ வசதிகள், தொற்று நோய்த் தடுப்பு நடவடிக்கைகள் என ஒருபுறம் லட்சலட்சமாக இந்தியப் பணம் கரைய, மறுபுறம் "எங்கள் நாட்டில் எந்தப் பிரச்னையும் இல்லை.

பரிபூரண அமைதியே நிலவுகிறது'' என்று முழுப் பரங்கிக்காயை சாக்லேட் பேப்பரில் சுற்றிக் கொண்டிருந்தார் யாஹியாகான்.

இந்திராகாந்தியால் பொறுக்க முடியவில்லை.

''உங்கள் நாட்டில் ஒரு பிரச்னையும் இல்லை என்றால், ஐம்பது லட்சம் அகதிகளையும் திரும்ப அழைத்துக் கொள்ள வேண்டியதுதானே?'' என்று கேட்டார்.

பாகிஸ்தானிடம் அதற்கு பதில் இல்லை. காரணம், இந்தியாவுக்குத் தப்பி வந்த ஒரு பங்களாதேஷியும், திரும்பிப் போகத் தயாராயில்லை!

இதற்கிடையில் மேற்கிலும் இந்தியபாக். எல்லையில் பதற்றம் ஏற்படத் தொடங்கியது.

''பங்களாதேஷ் புரட்சிப் படையான முக்தி பாஹினிக்கு இந்தியா ஆயுதங்கள் சப்ளை செய்கிறது'' என்று திடீரென்று ஒரு குற்றச்சாட்டைத் தூக்கிப் போட்டார் யாஹியாகான்.

ஒருபுறம் ரஷ்யா இதை வன்மையாகக் கண்டிக்க, மறுபுறம், ''ஏதாவது விவகாரமாக சம்பவம் நடந்தால் சீனா, பாகிஸ்தானைத்தான் ஆதரிக்கும் என்று இப்போதே சொல்லிவிடுகிறேன்'' என்று போரை எதிர்பார்த்து முன்னறிவிப்பு செய்தார் சீனப் பிரதமர் சூ என் லாய்.

அப்போது லக்னோவில் இருந்தார் இந்திராகாந்தி. சூ என் லாயின் பேச்சை சுட்டிக்காட்டி பத்திரிகையாளர்கள், ''போர் மூளுமா? எப்போது? எப்படி?'' என்று அவரைத் துளைத்தெடுக்க, ''அது தெரியாது. ஆனால், சீனா, பாகிஸ்தானுக்கு என்ன உதவி செய்தாலும் பிரச்னையில்லை. இந்தியா எடுக்கும் எந்த நடவடிக்கைக்கும் அது ஒரு தடையாக இருக்காது. பொறுத்திருந்து பாருங்கள்'' என்றார்.

இதற்குத் தோதாக, அப்போது பம்பாய் வந்திருந்த அமெரிக்கத் தூதர் ஜான் கீட்டிங், ''கிழக்கு வங்காளத்தில் நடக்கிற விஷயங்களை பாகிஸ்தானின் உள்நாட்டுப் பிரச்னை என்று சொல்வதற்கில்லை. உலக நாடுகள் அனைத்தையும் அதிர்ச்சியடையச் செய்துவிட்டு, இன்னும் அப்படிச் சொல்லிக்கொண்டிருப்பது ஏமாற்று வேலை'' என்று வருணித்தார்.

கிட்டத்தட்ட எல்லா நாடுகளுமே தம் நிலையை வெளிப்படுத்தியாக வேண்டிய கட்டாயம் நேர்ந்து கொண்டிருந்தது.

போர் உறுதி என்பது வெட்டவெளிச்சமாகிவிட, அதை மேலும் உறுதிப்படுத்தும் விதமாக, பங்களாதேஷுக்கான இந்தியாவின் ஆதரவை பகிரங்கமாக வெளிப்படுத்தினார் இந்திராகாந்தி.

அதற்கான ஆயிரம் நியாயங்கள் அப்போது இந்தியாவுக்கு இருந்தது!

14. விமானத் தாக்குதல்

அது மாதிரி ஒரு நிலைமை அதற்கு முன் இந்தியாவுக்கு ஏற்பட்டதில்லை. அதிர்ச்சியைவிட வியப்புக்கே அதிக வாய்ப்பு அளித்த சம்பவம் அது.

கிழக்கு பாகிஸ்தானில் ஏற்பட்ட நெருக்கடியும், கலவரமும் பக்கத்து நாட்டு உள் விவகாரம் என்கிற அளவோடு இந்திய மக்களுக்கு வெறும் செய்தி ஆகியிருக்கலாம். நியூஸ் கேட்டு, பேப்பர் படித்து, கொஞ்சம் வருத்தப்பட்டுவிட்டு வேறு ஜோலி பார்க்கப் போயிருக்கலாம்.

ஆனால் அப்படிச் செய்யவில்லை. மாறாக, கிழக்கு வங்காள மக்களுக்கு ஆதரவுக் குரல் கொடுப்பதும், பாகிஸ்தானின் அராஜகத்துக்கெதிராகக் கண்டனத் தீர்மானங்கள் நிறைவேற்றுவதுமாக இந்தியா முழுவதுமே கொதிக்கத் தொடங்கியது.

ஆளுங்கட்சி, எதிர்க்கட்சி என்கிற பேதமில்லாமல், அநேகமாக எல்லா இந்திய அரசியல்வாதிகளுமே கிழக்கு வங்காள மக்களுக்காகக் குரல் கொடுக்க ஆரம்பித்தார்கள். அங்கிருந்து அகதிகளாக இந்தியாவுக்கு ஓடிவந்த லட்சக்கணக்கான மக்களின் நிவாரணத்துக்காக தேசமெங்கும் நிதி திரட்டப்பட்டது. பணமாகவும், உணவுப் பொருட்களாகவும், உடையாகவும் குவிந்தவையெல்லாம், மூட்டை மூட்டையாக மேற்கு வங்காள கவர்னருக்கு அனுப்பப்பட்டது. இவை ஒருபுறமிருக்க, இந்திய அரசுஅகதிகளுக்காகச்செலவிட்ட தொகையே180 கோடி ரூபாயைத் தாண்டியது, அதுவும் ஆறே மாதங்களில். இவையெல்லாம் போதாதென்று, வந்துசேர்ந்த அகதிகள் பலரை காலரா தாக்க,

அவர்கள் மூலம் மேற்கு வங்காள மாநிலம் முழுவதும் காலரா பரவும் அபாயம் உண்டானது. அவசர அவசரமாக காலரா தடுப்பு நடவடிக்கைகள் முடுக்கிவிடப்பட, அந்த வகையிலும் செலவு பிய்த்துக் கொண்டு பறக்க ஆரம்பித்தது.

இந்தியா இத்தகைய சங்கடங்களைச் சமாளித்துக் கொண்டிருந்த போது, "பங்களாதேஷ் புரட்சிப் படையான முக்தி பாஹினிக்கு இந்தியா ஆயுத சப்ளை செய்கிறது" என்று உலக அரங்கில் பாகிஸ்தானின் ராணுவ ஆட்சியாளர் யாஹியாகான் புகார் கூறத் தொடங்கியது, இந்திய அரசுக்கு அதிர்ச்சி அளித்தது.

மற்றுமொரு போருக்கான முன்னுரையாகத்தான் யாஹியா இப்படிக் கூறி வருகிறார் என்பதை உணர்ந்த இந்திராகாந்தி, ராணுவத்தை எச்சரித்து வைத்தார்.

தோதாக, காஷ்மீர் எல்லையில் பாக். ராணுவம் அணிவகுக்கத் தொடங்கவே, இந்தியாவும் தன் படையை முன்னிறுத்தி வைக்கவேண்டிய அவசியமாகிவிட்டது.

மிகவும் இக்கட்டான கட்டம்.

கிழக்கு பாகிஸ்தானின் உள்நாட்டுக் கலவரம் மிகத் தீவிரமாகி, எந்த விநாடியும் அவர்களுக்கு இந்திய உதவி வேண்டியிருக்கலாம் என்கிற நிலை. அங்கும் எல்லையில் இந்திய ராணுவம் தயார் நிலையில் நின்றது. மேற்கிலும் பதற்றம் உருவாகி, காஷ்மீர் முதல் கட்ச் வரை மக்கள் கதிகலங்கிக் கொண்டிருக்க, ராணுவம் தன் பாட்டுக்கு மார்ச் ஃபாஸ்ட் பண்ணிக் கொண்டிருந்தது.

"எல்லாம் சுமுகமாகவே இருக்க வேண்டுமென்பதுதான் எங்கள் விருப்பம். எந்தக் கட்டத்திலும் முரண்பாடுகளின் விளைவுகளை தவிர்க்கவே விரும்புகிறது இந்தியா. ஆனாலும், எதற்கும் தயாராகவே இருக்க வேண்டியுள்ளது அல்லவா?" என்றார் இந்திராகாந்தி.

சொல்லிவைத்த மாதிரி பங்களாதேஷில் பாக். ராணுவத்துக்கும், புரட்சிப் படையினருக்குமான யுத்தம் பெரிதாகிக்கொண்டே போனது.

சுமார் 50,000 பேர் கொண்ட முக்தி பாஹினி கொரில்லாப் படையினருக்கு போர்ப் பயிற்சி குறைவுதான். ஆனால், சாதுர்யமும் சாதிக்கும் வெறியும் அதிகமாயிருந்தது.

அமெரிக்காவின் அசோசியேட்டட் பிரஸ்ஸைச் சேர்ந்த பங்களாதேஷ் நிருபர் ஒருவர், தமது போர்க் கட்டுரையில் எழுதுகிறார்: "55,000 சதுர மைல்கள் பரப்புள்ள பங்களாதேஷில், சுமார்20,000சதுரமைல்கள்பரப்புமுக்திபாஹினிகொரில்லாக்களின் கட்டுப்பாட்டிலேயே இருந்தது. பாகிஸ்தான் ராணுவத்தினரின் நிழல்கள்கூட அப்பகுதிகளில் எட்டிப்பார்க்க முடியவில்லை. பாக். படையினரின் எண்ணிக்கையோடு ஒப்பிட்டால், இந்த கொரில்லாக்களின் எண்ணிக்கை கொசு. ஆனாலும், இவர்கள் கைதான் ஓங்கியிருக்கிறது. ராணுவம் பல இடங்களில் நுழையவே முடியாமல் தவிக்கிறது. காரணம், கொரில்லாக்களின் தாக்குதல் முறை மிகுந்த அபாயகரமானதாகவும், சற்றும் எதிர்பாராத விதமாகவும் இருப்பதுதான்."

இதற்கிடையில் இந்தப் பிரச்னை குறித்து உலக நாடுகளின் கருத்து கேட்க ஒரு ராக்கெட் வேக சுற்றுப் பயணம் செய்துவந்த இந்திராகாந்தி, நிலைமையின் தீவிரத்தையும், இந்தியா அகதிகளால் படும் பாட்டையும் பல நாடுகள் சரியான விதத்தில் உணர்ந்திருப்பதைக் கண்டுகொண்டார். தற்காப்புக்காகவோ, பங்களாதேஷில் அமைதியை நிலைநாட்டும் பொருட்டோ, அந்நாட்டு யுத்தத்தினுள் இந்தியா நுழைய நேருமானால், யாரும் குற்றம் சொல்வதற்கில்லை என்பது வெட்ட வெளிச்சமானதருணம் அது.

நவம்பர் 22ம் தேதி முதல்முதலாக திரிபுரா மாநிலத்தின் எல்லைக் கிராமமான டிடாலாவில், பத்து பாகிஸ்தான் குண்டுகள் வந்து விழுந்து வெடித்து, போருக்குப் பிள்ளையார் சுழி போட்டன.

எல்லையில் மிகுந்த பதற்றம் உண்டாகி, இரு தரப்பு ராணுவமும் நெருக்கமாக முன்னேறும் சூழ்நிலை ஏற்பட்டது.

பாகிஸ்தானின் கிழக்கு வங்காளப் பிரிவு ராணுவத் தளபதியான ஜெனரல் நியாஸி, முன்யோசனையின்றி ஒரு காரியத்தைச் செய்தார்.

மொத்தப் படையினரில் மூன்றில் இரண்டு பகுதியினரை இந்திய எல்லையில் கொண்டுவந்து நிறுத்தினார்.

அதாவது, பங்களாதேஷ் புரட்சிப் படையினரை கவனிப்பதை விட்டுவிட்டு, அப்பட்டமாக இந்தியாவுடனான யுத்தத்துக்குத் தயாராகும் முயற்சி! இதன் விளைவு, டாக்காவைச் சுற்றியுள்ள பல்வேறு பகுதிகளில் முக்தி பாஹினி கொரில்லாவினர் முன்னேறி, பாக். படையினரை அடித்து வீழ்த்தி துவம்சம் செய்ய, ராணுவம் பெருத்த சேதத்துக்கு உள்ளானது.

“பாகிஸ்தான், தோல்வியை நோக்கி தொடக்கத்திலேயே முன்னேறுகிறது” என்று இதைக் குறிப்பிட்டு எழுதியது அன்றைய நியூயார்க் டைம்ஸ் நாளிதழ்.

அதே சமயம், நான்கு பாகிஸ்தான் போர் விமானங்கள் இந்திய எல்லையைக் கடந்து, ஆறு கிலோ மீட்டர் உள்ளே வந்தன.

அதுவரை பொறுமையாயிருந்த இந்திய ராணுவம், சுறுசுறுப்படைந்தது.

இந்தியாவின் ‘போர்’ விமானங்கள் முடுக்கிவிடப்பட்டன. அவற்றிலிருந்து சீறிய குண்டுகள் பாக். விமானங்களில் மூன்றினைச் சுட்டு வீழ்த்த, மிச்சமிருந்த ஒரு விமானம் தப்பிப் போய்விட்டது.

நவம்பர் 24 அன்று இந்திராகாந்தி பார்லிமெண்டைக் கூட்டி, நிலைமையை விளக்கினார். தற்காப்பை முன்னிட்டு பங்களாதேஷ் எல்லையை இந்திய ராணுவம் கடப்பதாக அறிவித்தார்.

பங்களாதேஷில் முகாமிட்டிருந்த பாக். ராணுவம், செய்வதறியாமல் சற்றுத் திகைத்தது. காரணம், இருபுறத்தாக்குதல். முக்தி பாஹினி கொரில்லாக்களையும் அவர்கள் சமாளித்தாக வேண்டும். முன்னேறி வரும் இந்திய ராணுவத்தையும் தடுத்தாக வேண்டும்.

மிகத் துல்லியமான திட்டமும், அபாரமான ஆயுத பலமும் இல்லாமல் இது சாத்தியமில்லை என்கிற நிலையில், திடீரென்று ஒரு மகிழ்ச்சிகரமான தகவல் வந்து சேர்ந்தது பாக். ஜெனரல் நியாஸிக்கு.

அது சீனாவின் உதவி.

நவம்பர் 24 அன்று முன்னறிவிப்பு ஏதுமில்லாமல் இஸ்லாமாபாத் வந்து சேர்ந்த சீனத் தூதுவர் சாங்டங், பாகிஸ்தானுக்கு சீனாவின்

பரிபூரணஆதரவையும் உடனடி உதவியாக பதினேழு கோடியையும் சில நவீன ரக ஆயுதங்களையும் அளித்தார்.

யாஹியாகானுக்குத் தலைகால் புரியவில்லை. தக்க சமயத்தில் சீனா இப்படியொரு உதவி புரியும் என்று அவர் எதிர்பார்க்கவில்லை. ஆகவே, டங்கிடம் தம் மனப்பூர்வ நன்றியைச் சொன்ன கையோடு, "இன்னும் பத்து நாள்களில் நானே போர்முனையில் இருப்பேன்" என்றும் பகிரங்கமாக அறிவித்தார்.

யாஹியாவின் முக்கிய ஆலோசகர்களில் ஒருவராயிருந்த புட்டோவோ, "சீனாவின் உதவி இந்தப் பதினேழு கோடியோடு முடிந்துவிடாது. அவர்கள் என்ன செய்யவும் தயாராக இருக்கிறார்கள். எல்லாம் நாங்கள் கேட்பதைப் பொறுத்தது!" என்றார் மகா தெனாவட்டாக.

இந்த மகிழ்ச்சியை, பாக். படை திரிபுரா மாநிலத்தில், அகர்தலாவில் ஒரு ஜெட் தாக்குதல் நிகழ்த்தி (டிசம்பர் 2) கொண்டாடியது.

விளைவு? ஆறு அப்பாவி மக்கள் படுகொலை. தவிர, நாற்பத்திரண்டு பேர் காயமடைந்து ஆஸ்பத்திரியில் விழுந்தார்கள்.

அந்தத் தாக்குதல் நிகழ்ந்த மறுநாள், இந்திராகாந்தி, மேற்கு வங்காளத்திலுள்ள அகதி முகாமை சுற்றிப் பார்க்க வந்தார். நிலைமையை எப்படி சமாளிக்கப் போகிறீர்கள் என்று நிருபர்கள் கேட்க, "எனக்கு அமைதி முக்கியம். கூடியவரை நிலைமை மோசமாகாமலிருக்க முயற்சி செய்கிறேன். காரணம், எந்த நாடுமே பக்கத்து நாட்டுடன் கசப்பை வளர்க்க விரும்பாது என்பதுதான். உலகம், இங்கு நடப்பதைப் பார்த்துக்கொண்டுதானே இருக்கிறது?" என்று கேட்டார்.

மேலோட்டமாகப் பார்த்தால், ஒன்றுக்கொன்று தொடர்பற்ற வாக்கியங்கள் போலத் தோன்றினாலும், ஒரு பெரிய யுத்தத்தைத் தவிர்க்கமுடியாத நிலைக்கு இந்தியா தள்ளப்படக்கூடும் என்கிற அச்சத்தையே அவர் வெளியிட்டிருப்பது, கூர்ந்து கவனித்தால் புரியும்.

அந்த விநாடி வரை அவர் யுத்தத்துக்கு சிக்னல் தரவில்லை!

ஆனால், யாஹியா பொறுத்திருக்க விரும்பவில்லை. அதே தினம் மாலை 5.30க்கு ஒரு மெகா விமானத் தாக்குதலுக்கு அவர் ஆணையிட்டார்.

இந்தியா சற்றும் எதிர்பாராத தருணம் அது.

இந்திராகாந்தி கல்கத்தாவில் இருந்தார். ராணுவ அமைச்சர் ஜெகஜீவன்ராம் பாட்னாவில் இருந்தார். நிதியமைச்சர் சவாண் பம்பாய் போயிருந்தார்.

5.45க்கு, கல்கத்தாவிலிருந்த இந்திராவுக்குத் தகவல் வந்தது. உடனே அவர் புதுடில்லிக்கு விரைந்தார்.

அதற்குள் பாகிஸ்தான், இந்தியாவின் மேற்கு எல்லையிலிருந்து தன் தாக்குதலை முழுமையாகத் தொடங்கிவிட்டிருந்தது.

இந்திரா, டில்லி வந்து சேர நள்ளிரவு ஆகிவிட்டது. சரியாக 12.20க்கு ரேடியோவில் அவர் குரல் கேட்டது. யுத்தம் நிச்சயமானது.

15. நான் பேசுவது கேட்கிறதா?

பங்களாதேஷுக்கு ஆதரவாக இந்தியா நேரடியாகப் போர்க்களத்தில் இறங்கிய தினம் டிசம்பர் 4, 1970.

இதற்குச் சரியாக இரண்டு நாள்கள் கழித்து, பிரதமர் இந்திராகாந்தி பார்லிமெண்டைக் கூட்டி, தகவலை அறிவித்தார்.

"இவர், அவர் என்றில்லை. ஒட்டுமொத்த பங்களாதேஷ் மக்களும் புரட்சியில் ஈடுபட்டிருக்கிறார்கள். தவிர, அவர்களது போராட்டம் நடைபெறும் இடங்களிலெல்லாம் வெற்றி அடைவதையும் கவனியுங்கள். என்ன தெரிகிறது? தாய்நாடு என்று கூறிக்கொள்ளும் பாகிஸ்தானுக்கு, பங்களாதேஷ் புரட்சியைக் கட்டுப்படுத்தும் தெம்பில்லை. அதாவது, இது ஒட்டுமொத்த மக்களின் யுத்தம். பாக். அரசின் கையாலாகாத்தனம்தான் இதில் முக்கியமாக வெளிப்படுகிறது..."

பங்களாதேஷில் நடக்கிற யுத்தத்தை முதலில் விவரித்த இந்திரா, பிறகு அதில் இந்தியா தலையிடவேண்டிய அவசியத்தைச் சுட்டிக்காட்டி, சில நிமிடங்கள் பேசினார்.

காஷ்மீர் எல்லையில் வந்து குவிந்திருக்கும் பாக். படையினரின் அச்சுறுத்தல். கிழக்கு வங்காள எல்லையில் நடைபெறும் அத்துமீறல்கள். எல்லாவற்றுக்கும் மேலாக சுதந்தர பங்களா தேஷுக்காகப் போராடும் வங்காளிகளின் எதிர்பார்ப்பு. இந்தியா என்ன செய்யப் போகிறது என்கிற அவர்களது ஆர்வம் கலந்த உதவி வேட்கை.

அதுவும் ஒரு மறக்க முடியாத டிசம்பர் 6தான்! 'பங்களாதேஷ்' என்கிற சுதந்தர பூமியை இந்தியா மனமுவந்து அங்கீகரித்த நாள் அது.

ஆனால், இதன் விளைவு அடுத்த ஐந்து மணி நேரத்துக்குள் விவகாரமாக வெடித்துவிட்டது. இந்தியாவுடனான அத்தனை உறவுகளையும் முறித்துக்கொள்வதாக பாக். ஜெனரல் யாஹியாகான் அறிவித்தார். அதாவது, போர் அறிவிப்பில் மாற்றம் ஏதுமில்லை என்று அர்த்தம்.

இதை இந்தியா ஒருவாறு எதிர்பார்த்திருந்தது என்றபோதும், எதிர்பாராத வேறொரு அதிர்ச்சியை அமெரிக்கா தந்தது.

இந்தியாவுக்கு அளிப்பதாக இருந்த 87 மில்லியன் டாலர் பொருளாதார உதவியை, தடை செய்வதாக அறிவித்தார் அமெரிக்க அதிபர் நிக்ஸன்.

"இந்தியப் பொருளாதார வளர்ச்சியில் அமெரிக்காவின் பங்கும் இருக்கவேண்டும் என்கிற நல்லெண்ணத்துடன் அறிவிக்கப்பட்ட நிதி உதவி இது. ஆனால், இந்தச் சமயத்தில் இந்தியாவுக்கு அளிக்கப்படும் எந்த உதவியும், அதன் ராணுவத்துக்குத்தான் போய்ச் சேரும் என்பதால், தடை செய்யப்படுகிறது" என்று அமெரிக்கா அறிவித்தது இந்தியாவுக்கு மட்டுமல்லாமல், ஐ.நா.வில் உறுப்பினராக இருந்த பல உலக நாடுகளுக்கேகூட அதிர்ச்சியாக இருந்தது.

காரணம், அந்த யுத்தத்தில் பங்கெடுக்க இந்தியாவுக்கு இருந்த தார்மீக உரிமைகளை, அமெரிக்கா எப்படிப் புரிந்துகொள்ள மறுக்கமுடியும் என்கிற குழப்பம். எந்தப் பக்கமும் சாராமல், நடுநிலைமை வகித்திருக்கலாமே என்று பல உலக நாடுகள் தமக்குள் பேசிக்கொண்டன.

ஆனால், இந்திராகாந்தி தீர்மானமாக இருந்தார். அமெரிக்கா என்றில்லை; வேறெந்த நாட்டிலிருந்து என்னவிதமான அச்சுறுத்தல் வந்தாலும், பின்வாங்குவதில்லை என்கிற முடிவு ராணுவத்துக்குத் தெரிவிக்கப்பட்டது.

ஆகவே, பங்களாதேஷுக்குள் நுழைந்த இந்திய ராணுவத்துக்கு, அரசியல் ரீதியிலான நிர்ப்பந்தங்களோ, நெருக்கடிகளோ இல்லாமலாகிவிட்டது.

அவர்களது ஒரே இலக்கு, நாலாபுறமிருந்தும் டாக்காவை அடைவது! வழியில் எதிர்ப்படும் பாக். படையினரை வென்று வீழ்த்தி, முன்னேறுவது. அவ்வளவுதான்!

ஆனால், அடர்ந்த காடுகளையும் ஆழம் மிக்க நதிகளையும் கொண்ட பங்களாதேஷின் புவியியல், இந்திய ராணுவத்துக்குச் சவாலாக இருந்தது.

ஆகவே, தளபதிகள் கூடி ஆலோசித்தார்கள்.

முதலில் கடல்வழியாக போர்க் கப்பல்களை அனுப்பி, பங்களாதேஷின் எல்லைகளை ஆக்கிரமித்துக் கொள்வது. அரண் மாதிரி கடற்படை நின்றுவிட்ட பிறகு, எல்லாபுறத்திலிருந்தும் ராணுவம் உள்ளே நுழையும். அதற்குப் பாதுகாப்பாக விமானப்படை கூட வரும்.

இதுதான் ஃபார்முலா.

திட்டத்தின் முதல் கட்டமாக, பங்களாதேஷின் துறைமுகங்களைக் கைப்பற்ற இந்தியக் கடற்படைக் கப்பல்கள் அனுப்பப்பட்டன. சிட்டகாங் உட்பட, அத்தனை கடலோரத் துறைமுக நகரங்களும் இந்தியப் படையின் கட்டுப்பாட்டுக்குள் வர, வெகுநேரமாகவில்லை.

இந்த அதிரடித் தாக்குதலில், இந்தியக் கடற்படையைச் சேர்ந்த 'விக்ராந்த்' போர்க் கப்பலின் சாகசம் முதன்முதலாக உலகுக்குத் தெரியவந்தது.

விசாகப்பட்டினத்திலிருந்து புறப்பட்ட 'விக்ராந்த்', அமெரிக்காவால் பாகிஸ்தானுக்கு அளிக்கப்பட்ட 'காஸி' என்கிற ('அழிக்கவே முடியாதது' என்று வருணிக்கப்பட்ட) நீர்மூழ்கியைச் சின்னாபின்னப் படுத்தியபோது, ஒட்டுமொத்த பங்களாதேஷ் மக்களும் ஒரு மினி தீபாவளி கொண்டாடிவிட்டனர்!

இதே சமயம், அதிரடியாக பங்களாதேஷுக்குள் நுழைந்த இந்தியத் தரைப்படையின் ஒரு பிரிவு (மொத்தம் 12 பிரிவுகளாக, பல்வேறு முனைகளிலிருந்து நுழைந்தது இந்தியப் படை), கொமிலா செக்டரியிலிருந்த அக்கவ்ரா என்கிற மிக முக்கியமான ரயில் பாதையைச் சுற்றி வளைத்து, தன் கட்டுப்பாட்டுக்குள் கொண்டுவந்தது.

போர் தொடங்கிய இரண்டாவது நாளிலேயே, மேகாலயா எல்லையை ஒட்டிய பங்களாதேஷ் பகுதியில் 160 பேர் கொண்ட பாக். படைப்பிரிவு ஒன்று, இந்திய ராணுவத் தாக்குதலைச்

சமாளிக்க முடியாமல் சரணடைய, இரு தரப்பு வீரர்களும் மேலும் உக்கிரமாகப் போரிட ஆரம்பித்தார்கள்.

இந்திய ராணுவம் முன்னேறிச் செல்லக்கூடிய பாதைகளை யெல்லாம் அடைத்தும், பாலங்களை உடைத்தும் ஒரு மாதிரி ருத்ர தாண்டவம் ஆடி, ரெடியாக இருந்தது பாக். படை.

ஆனால், இந்திய ராணுவத் தளபதிகளின் வியூகம் வேறு விதமாக இருந்தது அவர்களுக்குத் தெரியாது.

பெரும்பாலான பாயிண்ட்டுகளிலிருந்து நேரடியான பாதைகளைத் தவிர்த்து, ஆற்றைக் கடந்தும், கானகங்களில் நுழைந்தும், குறுக்குவழியாக டாக்காவை நோக்கி முன்னேற அறிவுறுத்தப்பட்டிருந்தனர் இந்திய ராணுவத்தினர்.

இதன்படி, பாலங்கள் உடைந்த ஆற்றைக்கூட, நடந்தும் நீந்தியும் சிறு படகுகள் மூலமுமே கடந்துசெல்லத் தொடங்கியது இந்திய ராணுவம்.

தவிர, ஹெலிகாப்டர் மூலம் ராணுவத்தினரை குறிப்பிட்ட இடங்களுக்குக் கொண்டுசேர்க்கும் முறையும் (முதன்முறையாகப்) பின்பற்றப்பட்டது.

முக்தி பாஹினி கொரில்லா வீரர்கள் ஒருபுறம், பங்களாதேஷ் மக்கள் ஒருபுறம். இந்த இருபுற ஆதரவால், இந்திய ராணுவம் போர் தொடங்கிய மூன்று நான்கு நாள்களுக்குள், எல்லையிலிருந்து கணிசமாக முன்னேறி, பங்களாதேஷின் பல முக்கிய நகரங்களைக் கைப்பற்றிவிட்டது.

வீரர்களுக்கு இணையாக இந்த யுத்தத்தில் சாதனை படைத்த இன்னொருதரப்பினர்,இந்தியராணுவத்தின்பொறியாளர்பிரிவினர். உடைந்த பாலமாயினும் சரி; உடைந்த சாலையாயினும் சரி; சில மணி நேரங்களுக்குள் சரிசெய்து, ராணுவம் முன்னேறுவதற்கு உதவிய அவர்களது சாதுர்யம் மறக்க முடியாதது.

குறிப்பாக, ஜெனிடா என்கிற இடத்தில் சின்னாபின்னப் படுத்தப்பட்டிருந்த சுமார் இருபது மைல் சாலையை, ஒரே இரவில் அவர்கள் சீர்செய்து தந்தது, பாக். ராணுவத்தையே பிரமிப்பில் ஆழ்த்திய நிகழ்ச்சி.

போகிற வழியெல்லாம், தான் கடந்ததும் பாதையை அழித்து விடுவது பாக். படையின் ஸ்டைல். பின்புறமிருந்து இனி யாருமே வரவே முடியாது என்று அவர்கள் கவனத்தை வேறுபுறம் திருப்பும்போது, அதே வழியே தொடர்ந்து வந்து, திடீர்த் தாக்குதல் நிகழ்த்தி, நிலைகுலையச் செய்தது இந்திய ராணுவம்.

எதிர்ப்பட்ட படைகளையெல்லாம் வென்று முன்னேறிய இந்திய ராணுவம், டாக்காவுக்கு நாற்பது மைல் தொலைவில் நெருங்கிவிட்டபோது, பாக். படை முற்றிலுமாக நிலைகுலைந்து, கலவரத்தின் எல்லையில் நின்று தத்தளிக்கத் தொடங்கியது.

ஏற்கெனவே படையின் கணிசமான பகுதியை இந்திய ராணுவமும், முக்தி பாஹினி கொரில்லாப் படையினரும் அழித்திருக்க, எஞ்சியிருந்த வீரர்களாவது உயிர் பிழைத்து ஊர் திரும்ப முடியுமா என்கிற சந்தேகம் வந்துவிட்டது.

ஆனால், போரைத் தொடருவதில் பாக். படையின் பங்களாதேஷ் பிரிவுக்கானதளபதி ஜெனரல் நியாஸி, மிகவும் உறுதியாக இருந்தார்.

இந்திய ராணுவம் டாக்காவைக் கடப்பதற்குமுன், ஏதாவது செய்து அவர்களை பின்வாங்கவைக்க வழியிருக்கிறதா என்று ஆலோசித்தார்.

டாக்கா நகரின் ராணுவத் தலைமையகத்தில் பாக். ராணுவ அதிகாரிகளின் ஆலோசனை நடந்துகொண்டிருந்தபோது, நகருக்கு வெளியிலிருந்து ஒரு 'மைக்' உயிர்பெற்று, கரகரப்பான குரல் ஒன்று ஒலிக்கத் தொடங்கியது.

அது, இந்தியத் தளபதி சாம் மானெக்ஷாவின் குரல். அதுவரை பேசாதிருந்த மானெக்ஷா, முதன்முதலாகத் தன் அறிவிப்பை பகிரங்கமாக ஒலிக்கச் செய்தார்.

"பாகிஸ்தான் வீரர்களுக்கும், அதிகாரிகளுக்குமாக நான் இப்போது பேசுகிறேன். கேட்கிறதா? இந்தியப் படை டாக்காவை நெருங்கிவிட்டது. டாக்கா நகரம் நான்கு புறமும் சுற்றி வளைக்கப்பட்டுவிட்டது. இனி உங்களுக்கு வேறு வழியில்லை. ஆயுதங்களைப் போட்டுவிட்டுச் சரணடைய விருப்பமிருந்தால், சரணடைந்து விடுங்கள். போர்க் கைதிகளுக்கு, ராணுவ

வீரர்களுக்கான சரியான மரியாதையும் மருத்துவ உதவியும் தரப்படும். இது உறுதி. கேட்கிறதா நான் பேசுவது?"

செய்வதறியாமல் திகைத்தது பாகிஸ்தான் படை.

16. தோல்வியின் சுவை

நூறு தோட்டாக்களால் உண்டாக்க முடியாத பயத்தை, உறுதியான ஒரு குரல் உண்டாக்கிவிடும் என்பது ராணுவ வட்டாரத்தில் பிரசித்தமான ஒரு சொலவடை.

பங்களாதேஷ் யுத்தத்தில், இந்தியத் தளபதி சாம் மானெக்ஷா 'சரணடைந்து விடுங்கள்' என்று குரல் கொடுத்தபோது, பாகிஸ்தான் கூடாரம் கலகலத்துப் போனது உண்மை.

ஏற்கெனவே ஆயிரக்கணக்கான வீரர்களையும், நூற்றுக்கணக்கான பீரங்கிகளையும், பல போர் விமானங்கள், கப்பல்களையும் இழந்து தத்தளித்துக் கொண்டிருந்தது பாகிஸ்தான். தோல்வியின் விளிம்பு என்பார்கள். அப்படியொரு நெருக்கடியில், மேலும் யுத்தத்தைத் தொடருவதில் அதன் தளபதிகள் பலருக்கே உடன்பாடு இல்லாமல் இருந்தது.

ஆனால், பங்களாதேஷுக்கான பாக். ஜெனரல் நியாஸி மிகத் தீவிரமாக இருந்தார். "என் படையின் கடைசி வீரன் உயிருடன் இருக்கும்வரை, யுத்தம் தொடர்ந்து நடக்கும்" என்று அறிவித்தார்.

இந்த அறிவிப்பின் மூலமாகவாவது தன் வீரர்கள் புத்துணர்ச்சி பெற்றுப் போரிட மாட்டார்களா என்பது அவரது எதிர்பார்ப்பு.

ஆனால், நிலைமை கைமீறிவிட்டிருந்தது. டாக்காவுக்கு 40 மைல் தொலைவில் முற்றுகையிட்டபடி முன்னேறிக் கொண்டிருந்த இந்திய ராணுவம், வெறும் இருபத்தி நான்கு மணி நேரத்துக்குள் நகரை அடைந்துவிடுமளவுக்கு நெருங்கிவிட்டது.

கடைசிக்கட்டத் தாக்குதலுக்கான திட்டங்களை பாக். ஜெனரல் வகுத்துக் கொண்டிருந்தபோது, அவர் சற்றும் எதிர்பாராத ஓர் அதிர்ச்சித் தகவல் வெளியானது.

அது, போர் தொடங்கிய பன்னிரண்டாவது நாள். டிசம்பர் பதினான்காம் தேதி.

பங்களாதேஷின் கவர்னர் ஏ.எம்.மாலிக் (ஆளும் பாகிஸ்தான் அதிபரின் பிரதிநிதியாக இருந்தவர்) திடீரென்று தம் பதவியை ராஜினாமா செய்தார். அவர் மட்டுமல்ல, கிழக்கு வங்காளத்தை அவரது தலைமையின்கீழ் ஆண்டுகொண்டிருந்த ஒட்டுமொத்த பாகிஸ்தான் அமைச்சர்களும் 'பாதுகாப்புக் காரணங்களுக்காக'ப் பதவியை ராஜினாமா செய்துவிட்டு, சர்வதேச செஞ்சிலுவைச் சங்கப் பிரதிநிதிகளிடம் அடைக்கலம் கோரிவிட்டார்கள்.

ராஜினாமா செய்த கிழக்கு வங்காள உயரதிகாரிகளுக்கும், அமைச்சர்களுக்கும் (செஞ்சிலுவைச் சங்கம் கேட்டுக் கொண்டதற்கிணங்க) உரிய பாதுகாப்பு தரப்படும் என்று இந்தியாவும் உத்தரவாதமளித்தது.

கடைசிக்கட்ட யுத்தம் மும்முரமடைந்திருந்த நேரம்.

டாக்கா நகரில் மக்கள் வசிக்கும் பகுதி வரை பாக். படை இறங்கி வரவேண்டிய நிலைமை உண்டாகிவிட, இரவுபகல் இல்லாமல் வெடி முழக்கம் கேட்டுக்கொண்டே இருந்தது.

ஒரு கையில் பயத்தையும் மறு கையில் துப்பாக்கியும் ஏந்திய பாக். வீரர்களால் இனி தாக்குப்பிடிக்க முடியாது என்பது, ஜெனரல் நியாஸிக்குப் புரிந்துவிட்டது.

டிசம்பர் 15ம் தேதி. வேறு வழியில்லாமல் ஜெனரல் நியாஸி, போர் நிறுத்தத்துக்கான சாத்தியம் உள்ளதா என்று கேட்டு, புதுடில்லிக்குத் தகவல் அனுப்பினார்.

எப்படி? அமெரிக்கத் தூதரகம் மூலமாக இந்திய அரசுக்கு!

ஆனால், தாம் சரணடைவதாகவோ, ஆயுதங்களை ஒப்படைப்பதாகவோ உறுதி கூறாமல், வெறுமனே போர் நிறுத்தத்துக்குச் சம்மதமா என்று அவர் கேட்டிருந்தது, இந்தியத் தளபதிகளையும், அரசையும் சற்றே குழப்பியது.

இந்திய ஜெனரல் மானெக்ஷா, இந்தக் குழப்பத்தைத் தீர்க்கும்விதமான ஒரு பதில் தகவல் அனுப்பினார்.

“போரை நிறுத்த வேண்டும் என்று நீங்கள் விரும்பினால், முதலில் உங்கள் வீரர்களுக்கு அந்தத் தகவலைச் சொல்லுங்கள். தற்சமயம் அவர்கள் எந்தெந்த இடங்களில் போரிட்டுக் கொண்டிருக்கிறார்களோ, அதே இடங்களிலுள்ள இந்தியப் படையினரிடம் அவர்களைச் சரணடையச் சொல்லுங்கள்.”

போரில் சரணடையும் பாக். வீரர்களை ஜெனிவா ஒப்பந்தப்படி, மிக கௌரவமாக நடத்துவோம்; உரிய மருத்துவச் சிகிச்சையும் தரப்படும் என்றும் மானெக்ஷா உத்தரவாதம் அளித்தார்.

இதற்கு அத்தாட்சியாக, அன்று (டிசம்பர் 15) மாலையிலிருந்தே இந்தியத் தரப்பிலிருந்து விமானத் தாக்குதல் நடத்தப்பட மாட்டாது என்றும் உறுதியளித்தார். இந்தத் தகவல் திரும்பத் திரும்ப, பலமுறை பாக். படை பரவியிருந்த இடமெல்லாம் ஒலிபரப்பப்பட்டது.

அநேகமாக அன்று இரவிலிருந்தே போர்ச் சப்தம் குறையத் தொடங்கியது. ஆனால் இந்திய ராணுவம்தான் தாக்குதலை நிறுத்த முன்வந்ததே தவிர, பங்களாதேஷ் புரட்சிப் படை வீரர்கள் (முக்தி பாஹினி கொரில்லாக்கள்) விடாமல் சுட்டுக் கொண்டிருந்தார்கள்.

மறுநாள், சரித்திர முக்கியத்துவம் வாய்ந்த அந்த சரணாகதிக் காட்சி அரங்கேறியது.

பாக். படையின் லெப்டினன்ட் ஜெனரல் ஏ.ஏ.கே. நியாஸி, தம் படை சரணடைவதாக ஒப்பந்தப் பத்திரங்களில் கையெழுத்திட்டு, இந்தியப் படையின் லெப். ஜெனரல் ஜகஜித்சிங் அரோராவிடம் அளித்தார்.

பாக். படையில் சுமார் எட்டாயிரம் வீரர்கள் முன்னதாக இந்திய ராணுவத்தினரால் கைது செய்யப்பட்டிருந்தனர்.

அவர்கள் மட்டுமின்றி, சரணடைந்த அத்தனை பேரையும் உரிய மரியாதையுடன் நடத்துவதாக இந்தியத் தளபதி அரோரா உறுதியளித்திருந்தார்.

டாக்கா நகரிலிருந்த ரேஸ்கோர்ஸ் மைதானத்தில் அந்தக் கோலாகல நிகழ்ச்சி நடைபெற்றது.

தோல்வியை ஒப்புக்கொண்டு சரணடைவதாக எழுதிக் கொடுத்த பாக். ஜெனரல் நியாஸியும், அவரது படையினரும் ஒருபுறம். வெற்றிக் களிப்பு இருந்தாலும், அதை காட்டிக்கொள்ளாமல்

அமைதியை முகமூடியாகப் போட்டுக்கொண்டு, ‘சரணச் சடங்கு’களில் ஈடுபட்டிருந்த இந்தியப் படை மறுபுறம்.

ஆனால், பங்களாதேஷ் மக்களால் தம் களிப்பைக் கட்டுப்படுத்த முடியவில்லை.

ஜெனரல் அரோராவை அலேக்காகத் தூக்கிக்கொண்டு ஓடிவிட்டார்கள். வெற்றிக்கோஷமும், ஆனந்தநடனமும், இனிப்புப் பரிமாற்றமுமாக தம் சுதந்தரத்தை எண்ணியபடியெல்லாம் கொண்டாடித் தீர்த்தார்கள் பங்களாதேஷ் மக்கள்.

மிக உக்கிரமான, மோசமான முடிவுகளைக் கொண்ட ஒரு சோக நாடகத்தை பங்களாதேஷில் நடத்த நினைத்து தொடங்கி வைத்தார் பாக். ராணுவ ஆட்சியாளர் யாஹியா கான். ஆனால், இந்தியப் பிரதமர் இந்திராகாந்தியோ, நாடகத்தின் க்ளைமாக்ஸை மட்டும் மாற்றி எழுதி, சுபமான முடிவை தந்துவிட்டார் என்று எழுதின சர்வதேசப் பத்திரிகைகள்.

சரணடையும் சம்பிரதாயங்கள் முடிந்து, சற்றே ஓய்வெடுத்த பிறகு ஜெனரல் நியாஸி, தமது நண்பரும் இணைத் தளபதியுமான ஒருவரிடம் சொன்னார்:

“ஏழு நாள்களுக்கு முன்பே நான் போரை நிறுத்திவிடும் உத்தேசத்தில்தான் இருந்தேன். சரணடைவதைத் தவிர வேறு வழியில்லை என்று பிரசிடெண்ட்டுக்கும் தகவல் தெரிவித்தேன்.

அவர்தான் எப்படியாவது போரை தொடர்ந்து கொண்டிருக்கச் சொன்னார். சீனப் படையின் உதவி வருகிறது; அமெரிக்காவின் கப்பல் படையும் துணைக்கு வருவதாகத் தெரிவித்திருக்கிறார்கள். அவர்கள் வந்து சேரும் வரை போரை நிறுத்த வேண்டாம் என்று சொன்னார்!”

ஆனால், எதிர்பார்த்தஎந்தஉதவியும்கடைசிவரைபாகிஸ்தானுக்குக் கிடைக்கவில்லை.

இது ஒரு புறமிருக்க, சரணடைந்த, கைதான பாக். வீரர்களை எண்ணி, கணக்கெடுக்கும் பணி இந்தியத் தரப்பில் வேகமாக நடைபெறத் தொடங்கியது. சுமார் ஒன்றேகால் லட்சம் பாக். வீரர்கள் பங்குபெற்ற

யுத்தத்தில் கைதானவர்கள் உட்பட, தொண்ணூற்று மூன்றாயிரம் பேரை லிஸ்ட் எடுத்து முடித்தார்கள்.

போரில் இறந்தவர்கள் தவிர, தப்பி ஓடிய வீரர்கள் சுமார் ஆயிரம், இரண்டாயிரம் பேர் இருக்கலாம் என்று கருதிய இந்திய ராணுவத் தளபதி மானெக்ஷா, அவர்களுக்காகவும் ஓர் அறிவிப்பை வெளியிட்டார்.

“எவ்வித ஆபத்துமில்லை. வந்து சரணடைந்து விட்டால் கௌரவமாகவே நடத்தப்படுவீர்கள்.”

சிலர் வந்தார்கள். ஓடிய சிலர் கடைசிவரை ஓடியவர்களாகவே இருந்து, அடையாளம் இழந்து போனார்கள்.

அது முக்கியமில்லை. போர் நின்று, இந்தியப்படை ‘சுதந்தர பங்களாதேஷை’ அந்நாட்டு மக்களுக்கு ‘அன்பளிப்பாக’ அளித்துவிட்டுத் திரும்பியவுடன், இந்தியத் தளபதி அரோரா கல்கத்தாவில் ஒரு பத்திரிகையாளர் சந்திப்பைக் கூட்டினார்.

பாக். படையினர் போரிட்ட விதம் குறித்த கேள்விகளுக்கு அவர் அளித்த பதில் மிக முக்கியமானது.

“தனிப்பட்ட முறையில் ஒவ்வொரு பாகிஸ்தான் வீரரும், சிறு படைக்குழுக்களும் மிகத் திறமையாகவே போரிட்டதாக நான் கருதுகிறேன். ஆனால், ஒட்டுமொத்த போர்த்திட்டத்தில் கோட்டை விட்டுவிட்டார்கள்.

பங்களாதேஷின் மேக்னா, மதுமதி நதிப் படுகைகளில் பாக். படையின் அணிவகுப்பை ஒழுங்குபடுத்தியிருந்தால், இன்னும் பல மாதங்களுக்குக்கூடப் போரைத் தொடர்ந்திருக்க வேண்டிய நிர்ப்பந்தம் இந்தியப் படைக்கு ஏற்பட்டிருக்கும்” என்றார் அரோரா.

நிலப்பரப்பிலும், துறைமுகங்களிலும் பாக். படை காட்டிய தீரம், ஆற்றங்கரைகளில் இல்லை என்கிற டெக்னிகலான காரணம் புரியாமலிருக்கலாம். ஆனால், குறுக்கு வழிகளில் பெரும்பாலும் ஆறுகளைக் கடந்தே இந்தியப் படை டாக்காவை நோக்கி முன்னேறியது என்பதைப் பார்க்க, அந்தப் பிரதேசங்களில் ஜெனரல் நியாஸி கவனக்குறைவாக இருந்துவிட்ட பெரும் பிழை புரியும்.

பங்களாதேஷ் யுத்தம் முடிந்தபிறகு, முக்தி பாஹினி வீரர்களின் ஒத்துழைப்பில்லாமல் இந்தியப் படையினரால் இந்த வெற்றியை அடைந்திருக்க முடியுமா என்றொரு கேள்வி எழுந்தது.

இந்திய ராணுவத்தின் ஒரு மூத்த அதிகாரி சொன்னார்: "அவர்கள் ஒத்துழைப்பு இல்லாவிட்டால், இந்த வெற்றி இன்னும் இரண்டு வாரங்கள் தள்ளிப் போயிருக்கும். ஆனால், இந்தியப் படை வராமலிருந்தால், அவர்களாகவே போரிட்டு வெல்ல குறைந்தது பத்து மாதங்களாவது பிடித்திருக்கும்!"

இவையெல்லாம் ஒருபுறமிருக்க, இந்தத் தோல்வி பாகிஸ்தானில் பெரும் பரபரப்பையும், கொந்தளிப்பையும் ஏற்படுத்திவிட்டது.

யாஹியாகானின் முன்யோசனையற்ற நடவடிக்கைகளால் ஏற்பட்ட இழப்புகளை எப்படி ஈடுசெய்வது என்று மூலைக்கு மூலை மீட்டிங் போட்டு பேச ஆரம்பித்தார்கள்.

சந்தர்ப்பத்துக்காகக் காத்திருந்த புட்டோ, யாஹியாவைத் தள்ளிவிட்டு, தனக்குத்தானே ராணுவ ஆட்சியாளர் என்று கிரீடம் சூட்டிக்கொண்டு, ஆட்சியில் அமர்ந்தார்.

பங்களாதேஷ் யுத்தத்தில் பாகிஸ்தான் தோற்றது ஏன் என்றறிய ஒரு விசாரணை கமிஷனும் அமைக்கப்பட்டது.

நீதிபதி ஹமூதுர் ரஹ்மான், பல தரப்பினரிடையே விசாரித்து, மிகுந்த பாடுபட்டுத் தயாரித்த அந்த அறிக்கையை பாகிஸ்தான் அரசு வெளியிடவேயில்லை.

மிகச் சமீப காலத்தில் அதிரடியாக இன்டர்நெட்டில் உலவ விடப்பட்ட அந்த அறிக்கை, பாக். அதிகாரிகளின் வண்டவாளங் களையெல்லாம் வெட்டவெளிச்சமாக்கி, எத்தனை தூரத்துக்கு ராணுவம் செல்லரித்துவிட்டது என்பதை பகிரங்கப்படுத்தி இருக்கிறது.

17. அறிக்கையல்ல; அணுகுண்டு!

பங்களாதேஷ் போரில் ஏற்பட்ட தோல்விக்கான காரணங்களை ஆராய, நீதிபதி ஹமூதுர் ரஹ்மான் தலைமையிலான விசாரணை கமிஷன் அமைக்கப்பட்டது டிசம்பர் 1971ல். அமைத்தவர் புட்டோ. அதற்கு முந்தைய முகூர்த்தத்தில்தான், பாக். அதிபர் யாஹியாகானுக்கும் ஒரு வேட்டு வைக்கப்பட்டது. 'ஒரே குரல், ஒரே முடிவு, யாஹியாகான்தான் தேசத்தைக் கொன்று குழிதோண்டிப் புதைத்தவர்' என்றொரு வீராவேசமான கோஷத்தை முன்வைத்து நாடெங்கும் கிளர்ச்சி நடத்த ஆரம்பித்தார்கள்.

வேறு யார்? அரசியல் கட்சிகளும், தொழிற்சங்கத் தலைவர்களும் தான். இந்தப் போராட்டம் எந்த விநாடியும் மக்கள் போராட்டமாக உருமாறக்கூடிய சாத்தியங்களும் தெரியவே, உடனடியாக தான் பதவி விலகிவிடுவது நல்லது என்று முடிவு செய்தார் யாஹியா.

தான்பதவிவிலகுவதுஎன்றால்,என்னஅர்த்தம்?தனக்கடுத்தபடியாக ராணுவ ஜெனரலாயிருப்பவரைக் கூப்பிட்டு பொறுப்பைக் கொடுப்பது.

இதுதானே பாகிஸ்தானின் நடைமுறை? முன்னோர்களின் பரம்பரை வழக்கம்?

ஆகவே, யாஹியா ஒரு முடிவுக்கு வந்து, ஆர்மி சீஃப் குல்ஹஸனை அழைத்தார்.

நிலைமையை விளக்கவேண்டிய அவசியமே இல்லை. குல்ஹஸனே ஒரு வேளை இந்தத் தருணத்தை எதிர்பார்த்துக் கொண்டிருந்தாரோ, என்னவோ!

ஆனால், அவர்கள் கவலைப்பட வேறொரு விஷயம் இருந்தது. இம்முறைகுல்ஹஸன்ராணுவஆட்சியாளராகப்பொறுப்பேற்றால், அதை பிற ராணுவ அதிகாரிகளும், வீரர்களுமேகூட ஆதரிப்பார்களா என்று யாஹியா சந்தேகப்பட்டார்.

அயூப்கானின் கடைசிக் காலத்தில் அனாதையாக அவரை கைவிட்டுவிட்டு, தான் பதவிக்கு வர ஒத்துழைப்பு தந்த புட்டோ, இம்முறை தன் விஷயத்தில் என்ன திட்டம் வைத்திருப்பாரோ என்று யாஹியா குலை நடுங்கினார்.

பாகிஸ்தானில் அன்று புட்டோவுக்கு இருந்த மக்கள் செல்வாக்கு அப்படிப்பட்டது!

ஆகவேதான், புட்டோ ஊரில் இல்லாத சமயமாகப் பார்த்து (அப்போது அவர் நியூயார்க் சென்றிருந்தார். ஐ.நா. கூட்டியிருந்த ஆலோசனைக் கூட்டத்தில், பாகிஸ்தான் பிரதிநிதியாகக் கலந்துகொள்ள இருந்தார்) குல்ஹஸனுடன் ரகசியப் பேச்சு நடத்தினார்.

ஆனால், புட்டோவுக்கு ஆயிரம் கண்கள், இரண்டாயிரம் காதுகள், பத்தாயிரம் மூளை. தவிர, குல்ஹஸன் உட்பட ஒட்டுமொத்த ராணுவமுமே அவரைக் கண்டால் நாய்க்குட்டிபோல வாலைக் குழைக்கிற வழக்கம்தான் அப்போது இருந்தது.

ஆகவே, செய்தி கேள்விப்பட்ட மறு விநாடியே, ஐ.நா. கூட்டத்தை அந்தரத்தில் விட்டுவிட்டு, இஸ்லாமாபாத் விரைந்தார் புட்டோ.

அன்று டிசம்பர் 20ம் தேதி. ஒரு தீப்பெட்டி சைஸ் புரட்சிகூட இல்லை. ஒரு சிறு சொற்பொழிவின் இறுதியில், ஒட்டுமொத்த ராணுவமும் புட்டோவின் கட்டுப்பாட்டின்கீழ் வந்துவிட்டது. ஆகவே, சுலபமாக யாஹியாவை வீட்டுக்கு அனுப்பிவிட்டு தனக்குத்தானே 'ராணுவ ஆட்சியாளர்' கிரீடத்தைச் சூட்டிக்கொண்டார் புட்டோ.

இதுவும் முன்னோர் வழி! புராதனமான அதே ஸ்டைல்.

ஆச்சா? பதவி ஏற்ற உடனே, பங்களாதேஷில் ஏற்பட்ட தோல்விக்கான காரணங்களை ஆராய புட்டோவால் அமைக்கப்பட்ட விசாரணை கமிஷன், தன் முடிவுகளை அறிக்கையை சில மாதங்களிலேயே தந்துவிட்டது.

ராணுவ ஆட்சியாளராகத்தான் புட்டோ முதன்முதலில் பதவிக்கு வந்தார் என்றபோதும், மக்களுக்கு அவரை ஏற்றுக்கொள்வதில் எந்தவிதமான மனச்சிக்கலும் இல்லை. மிகத் தெளிவாகப் புரியும்படி சொல்லவேண்டுமென்றால், நம் மக்களுக்கு எம். ஜி.ஆரிடம் இருந்த உணர்வுபூர்வமான நம்பிக்கை கலந்த பாசம், பாகிஸ்தான் மக்களுக்கு அப்போது புட்டோவிடம் இருந்தது!

அத்தகைய மக்களை மேலும் குஷிப்படுத்த விரும்பிய புட்டோ, "ஹமூதுர் ரஹ்மான் அறிக்கை தரவேண்டியதுதான் பாக்கி; அடுத்த விநாடியே அதை மக்கள் முன் சமர்ப்பித்து விடுவேன். தோல்விக்குக் காரணமான அதிகாரிகள்மேல் நடவடிக்கை எடுக்கப்படுவதும் உறுதி" என்று அறிவித்தார்.

ஆனால், அறிக்கை சமர்ப்பிக்கப்பட்டவுடன் பேச்சு மூச்சற்றுப் போனார் புட்டோ.

உண்மையில், அது அறிக்கை அல்ல; அணுகுண்டு!

உலகையே ஓர் உலுக்கு உலுக்கிய அந்த அறிக்கையில், பாக். ராணுவத்தின் புரையோடிப் போன ஊழல்கள் அம்பலமாகியிருக்கின்றன. பணத்துக்காக எதுவும் செய்த ராணுவ அதிகாரிகளின் முகத்திரைகள் கிழிக்கப்பட்டிருக்கின்றன. பெண், பணம், போதை மூன்று விஷயங்களிலும் சிக்கி, பதவியை மறந்து, கீழ்த்தரமான காரியங்களில் இறங்கிய கயமை வெளிப்பட்டிருக்கிறது. இன்னும் வேண்டாம். ராணுவம் என்கிற துறைக்கு அவசியம் வேண்டிய நேர்மையும் மிடுக்கும் அழுகிப்போன அவல வரலாறாகவே இருந்தது அந்த அறிக்கை.

ஓர் உதாரணம் போதும். பங்களாதேஷ் யுத்தத்தை பாகிஸ்தானுக்காக முன்னின்று நடத்திய லெப். ஜெனரல் நியாஸி குறித்து, அறிக்கையில் இடம்பெறும் விஷயங்களில் ஒரு பகுதி இது:

'தற்சமயம் போர்க்கைதியாக இந்தியாவில் இருக்கும் லெப். ஜெனரல் நியாஸியை எங்களால் நேராக விசாரிக்க முடியவில்லை. ஆனால், அவரைப் பற்றிக் கிடைத்திருக்கும் தகவல்களை தொகுத்திருக்கிறோம்.

கிழக்கு வங்காளத்தில் பொறுப்பேற்ற முதல்நாளே, அவர் அங்கு உணவுப் பொருட்களுக்கு இருந்த தட்டுப்பாடு குறித்து விசாரித்திருக்கிறார்.

'ரேஷன் ஷார்ட்டேஜ் என்று ஏன் புலம்புகிறீர்கள்? இது எதிரி பூமி. என்ன வேண்டுமோ கைப்பற்றி, எடுத்து அனுபவியுங்கள். இந்நாட்டில் ஆடு, மாடுகளுக்கா பஞ்சம்? வேண்டியதை அடித்துச் சாப்பிட்டுவிட்டு, உரியவனிடம் ஒரு துண்டுச் சீட்டு கொடுத்துவிடுங்கள். அந்தச் சீட்டைக் காட்டினால், மாநில அரசு கணக்குத் தீர்க்கட்டும்' என்று தம் படையினரிடம் சொல்லியிருக்கிறார்.

இதன் தொடர்ச்சியாகவே, பங்களாதேஷ் முழுவதும் ராணுவத்தினர் கடைகளில் புகுந்து, பொருட்களைக் கொள்ளையடித்திருக்கிறார்கள். டி.வி., டைப் ரைட்டர், கடிகாரங்கள், நகைகள், ஏர்கண்டிஷனர் என்று கொள்ளைபோன பொருட்கள் ஏராளம்.

இது மட்டுமல்லாமல், ராணுவச் சட்டத்தை துஷ்பிரயோகம் செய்து ஜெனரல் நியாஸி நிறையப் பணமும் சம்பாதித்திருக்கிறார். லாகூரில் விபசார விடுதி நடத்திவந்த சயிதா புகாரி என்ற பெண்மணியுடன், அவருக்கு நெருக்கமான தொடர்பு இருந்திருக்கிறது. இதே தொழில் புரியும் சியால்கோட்டைச் சேர்ந்த ஷாமினி ஃபிர்தவுஸ் என்ற பெண்ணிடமும் நெருக்கம் இருந்திருக்கிறது.

இந்தப் பெண்களை உபயோகித்து, கிழக்கு வங்காளத்திலிருந்து மேற்கு பாகிஸ்தானுக்குப் பல கடத்தல் வேலைகளையும் இவர் நிகழ்த்தியிருக்கிறார். இதற்கு வேறு பல ஜூனியர் ஆபீசர்களின் ஒத்துழைப்பும் உண்டு...'

ஜெனரல் நியாஸி தொடங்கி, அடிமட்ட அதிகாரிகள் வரை, தோண்டித் தோண்டி ஆராய்ந்த அறிக்கை, பாக். ராணுவத்தின் கோரமான நிஜமுகத்தை தோலுரித்துக் காட்டுகிறது.

உள்நாட்டு யுத்தம் தொடங்கும்முன், டாக்கா நகரில் பாக். ராணுவம் நிகழ்த்திய கோரத் தாக்குதல்களையும் ஆயிரக்கணக்கான கற்பழிப்புகளையும் பக்கம் பக்கமாக விவரிக்கும் ஹமூதுர் ரஹ்மான் அறிக்கை, ஒவ்வொரு நாளும் ராணுவ அதிகாரிகள் "இன்று எத்தனை வங்காளிகளைக் கொன்றாய்? எத்தனை பேரை கற்பழித்தாய்?" என்று கேட்டுக் கேட்டுத் தம் 'சாதனை'களைப் பகிர்ந்து கொண்டதாகச் சுட்டிக்காட்டி வெட்கப்படுகிறது.

ஒட்டுமொத்த ராணுவத்தையும் குற்றம்சாட்டும் ஹமூதுர் ரஹ்மான் கமிஷன் அறிக்கையை, புட்டோ மூடி மறைத்ததன் காரணத்தை விளக்கத் தேவையில்லை.

என்னதான் பின்னாளில் பிரதமரானாலும், ராணுவ ஆட்சியாளராகத்தானே அவரும் பதவிக்கு வந்தார்?

அறிக்கையை வெளியிடாவிட்டாலும், தம் ராணுவத்தின் 'லட்சணத்தை' புட்டோ புரிந்துகொள்ள அதுவே பெரிய சாதனமாயிற்று. அதனால்தான் மிகத் திறமையாக, படிப்படியாக, 'ஒரு ராணுவ ஆட்சியாளர்' என்கிற தம் இமேஜை மறைத்து, ஜனநாயகத்தை மீண்டும் கொண்டுவந்து பிரதமராகப் பொறுப்பேற்றுக் கொண்டார் புட்டோ.

பிரதமரானதும் புட்டோ செய்த முதல் காரியம், ராணுவத்தின் கை கால்களைக் கட்டி ஓரத்தில் வைத்ததுதான்.

சிறந்த ஜனநாயகவாதியாகத் தன்னை வெளிப்படுத்திக் கொள்ள விரும்பிய புட்டோ, ஆட்சி நடத்துகிற விஷயத்தில், ராணுவத்தைக் காட்டிலும் உளவுத்துறை தனக்குக் கூடுதலாக உதவ முடியும் என்று நினைத்தார்.

ராணுவத்தையும் சரியாகக் கண்காணிக்க உளவுத்துறையால்தான் முடியும் என்று நம்பினார்.

அதுவரை சற்றே புகழ் மங்கி, சுருண்டு கிடந்த ஐ.எஸ்.ஐ. உசுப்பப்பட்டது.

பலூனுக்குள் காற்று ஊதிப் பெரிதாக்குவது போல, உளவுத்துறையின் முக்கியத்துவத்தை ஊதி ஊதிப் பெரிதாக்கினார்கள்.

குட்டிச் சாத்தான் மாதிரி சிலிர்த்துக்கொண்டு எழுந்தது ஐ.எஸ்.ஐ.

விளைவு?

பாகிஸ்தானில் எத்தனை முறை ஆட்சி மாறினாலும், நிரந்தரமான ஒரே அமைச்சரவை ஐ.எஸ்.ஐ.தான் என்கிற அளவுக்கு அவ்வமைப்பு பூதாகரமாக வளர்ந்து, வியாபித்து விட்டது.

18. இழுத்து வரப்பட்டார் புட்டோ!

1971 *டிசம்பரில் பாகிஸ்தானின் சர்வாதிகாரியாக முடிசூட்டிக் கொண்டவர் ஜுல்பிகர் அலிபுட்டோ. தீவிர ஜனநாயகவாதியாகத் தன்னை அடையாளம் காட்டிக் கொண்டவர், பாகிஸ்தான் மக்கள் கட்சி என்கிற ராட்சஸ தொண்டர்பலம் கொண்ட கட்சியின் நிறுவனர், அதிகார மையங்களை தான் ஆட்சிக்கு வரும் முன்னரே தன்கட்டுப்பாட்டுக்குள்கொண்டுவருமளவுசெல்வாக்குபெற்றவர். ஆயினும், ஜனநாயக முறைப்படி அல்லாமல், ஒரு மினி ராணுவப் புரட்சியாகவே தன் ஆட்சிப் பிரவேசத்தை அமைத்துக்கொண்டது ஏன்?*

அதுதான்பாகிஸ்தான். அதுதான்அந்நாட்டின்மாற்றிஎழுதமுடியாத தலைவிதி.

சரித்திரத்தைத் திருப்பிப் பார்த்தால், ஜின்னாவைப் புதைத்த குழியிலேயே, பாகிஸ்தான் ஜனநாயகத்தையும் சேர்த்துப் புதைத்துவிட்டிருப்பது துல்லியமாகத் தெரிகிறது.

ஜின்னா காலத்துக்குப் பிறகும், பலர் பிரதமர்களாக இருந்திருக்கிறார்கள், தேர்தல்கள் நடந்திருக்கின்றனதான். ஆயினும், உறுதியான அஸ்திவாரமில்லாமலேயே பலர் வந்துவந்து உடனே திரும்பிவிட்டிருக்கிறார்கள். மதம் சார்ந்த அரசியல்தான் இதற்குக் காரணம் என்று அரசியல் நோக்கர்கள் பலர் கருத்து சொல்லியிருந்தாலும், உண்மைக் காரணம் வேறு.

ஒருதுளிகூட மக்களைக் குறித்துக்கவலைப்படாமல், தங்கள்சொந்த நலனைப் பற்றியே ஆட்சியாளர்கள் யோசித்து வந்திருப்பதுதான் அடிப்படைக் கோளாறு.

ஆனால், புட்டோவின் காலம் பாக். மக்களுக்கு ஒரு மாறுதலான அனுபவமாக அமைந்தது என்பது மறுக்க முடியாத உண்மை. ஆகஸ்ட் '73 வரை ராணுவ ஆட்சியாளராகவும், அதிபராகவுமே இருந்து ஆண்டவர், '73ல் நடந்த பொதுத் தேர்தலில் போட்டியிட்டு, வென்று பிரதமராக அமர்ந்தார். தமது நம்பிக்கைக்குரிய ஃபஸல் இலாஹி சவுத்ரி என்கிற அரசியல் ஞானியை அதிபராக உட்கார வைத்துவிட்டு, நல்ல பிள்ளையாக ஜனநாயக முறைப்படி ஆட்சி நடத்த ஆரம்பித்தார்.

'71 பங்களாதேஷ் யுத்தத்தின் இறுதியில், இந்தியப் பிரதமர் இந்திராகாந்தியுடன் சிம்லாவில் ஓர் அமைதி ஒப்பந்தம் ஏற்படுத்திக்கொண்டது, அவருக்கு ஒரு வகையில் சற்றே நிம்மதி.

உள்நாட்டு பிரச்னைகளைத் தீர்த்துவிட்டு, பிறகு 'நூற்றாண்டுகாலப் பகை'யை கவனிக்கலாம் என்பது அவர் முடிவு.

புட்டோவின் மிகப்பெரிய தகுதி, அவரது படிப்பு. மும்பையைச் சேர்ந்த பணக்காரக் குடும்பத்தினர் அவர். பிரிவினையின்போது, பாகிஸ்தானுக்குச் சென்றுவிட்டது புட்டோவின் குடும்பம். சுதந்திரா கட்சி எம்.பி. பிலுமோடி, புட்டோவின் இளமைத் தோழர். இங்கிலாந்தில் உயர்கல்வி, மதரஸாக்களில் மதக் கல்வி, அப்பாவிடம் அரசியல் கல்வி என்று வலுவான அடித்தளம் இருந்தது புட்டோவுக்கு.

எல்லாவற்றுக்கும் மேலாக அவர் மிகச் சிறந்த பேச்சாளர். பொதுக்கூட்ட மேடைகளில் ஏறிய இரண்டாவது நிமிடம், மக்கள் கூட்டத்தை சுண்டி இழுத்து, வசியப்படுத்தி வைக்கிற திறமை அவரிடம் இருந்தது.

அயூப்கான், யாஹியாகான் அமைச்சரவைகளில் வெளியுறவுத் துறை அமைச்சராக இருந்ததால், சர்வதேச அளவில் பாகிஸ்தானின் பிரதிநிதியாக மிக நல்ல கவனம் பெற்றிருந்தார் புட்டோ. அதனால் ஏற்பட்ட தொடர்புகள், தானே ஆட்சிக்கு வந்தபோது பேருதவியாக இருந்தது புட்டோவுக்கு.

ஆட்சிப் பொறுப்பேற்றதும் புட்டோ செய்த முதல் காரியம், அதுவரை ஓர் உருவம் பெறாதிருந்த அரசியல் சட்டத்துக்கு சரியான, இறுதியான, தீர்மானமானதொரு வடிவம் கொடுத்ததுதான்.

ஜனநாயகத்தின்மீது தமக்கிருந்த நம்பிக்கையை இதன் மூலமே மக்களுக்கு நிரூபித்தார் புட்டோ.

மறுபுறம், தன் ராணுவத்தின் மீது அவருக்கு ஒரு சந்தேகம் இருந்துகொண்டே இருந்தது. அதிரடிப் பேச்சுகளின் மூலம் திறமையின்மையை அவ்வமைப்பு மூடி மறைக்கிறது என்பது புட்டோவின் எண்ணம். "ராணுவத்தை பலப்படுத்துவது என்பது ஆட்களைச் சேர்ப்பது என்று அர்த்தமல்ல" என்று ஓரிடத்தில் பேசுகிறார் புட்டோ.

தோதாக, இந்திய ராணுவத்தின் பலம், ஒழுங்கு, ஒழுக்கம், கட்டுப்பாடு குறித்து ஐ.எஸ்.ஐ. மூலம் அவர் தொடர்ந்து பெற்றுவந்த தகவல்களும், அவரை கவலை கொள்ளச் செய்தன.

பாகிஸ்தான் அணு ஆயுதங்களை உற்பத்தி செய்வதன் மூலம்தான், தனக்கான உறுதியான பாதுகாப்பைப் பெறமுடியும் என்று முடிவு செய்தார் புட்டோ.

அப்போது சவுதி அரேபியாவும், லிபியாவும் பாகிஸ்தானுடன் இணக்கமான உறவை ஏற்படுத்திக்கொள்ளத் தீவிரமாக முயன்றுவந்தன. நூறு சதவீத இஸ்லாமிய ஜனநாயக தேசமான பாகிஸ்தானுடன் நட்புறவு கொள்வது, எல்லாவகையிலும் தமக்குப் பாதுகாப்பு என்று அவை கருதியிருக்கலாம்.

ஆனால், புட்டோ வேறு கணக்குப் போட்டார். பாகிஸ்தான் அணு ஆயுத உற்பத்தியில் தன்னிறைவு அடையுமளவுக்கு, முழுமூச்சுடன் செயல்பட இந்தத் தேசங்களிடமிருந்து பொருளாதார சப்போர்ட்டை கேட்க முடிவு செய்தார், நட்புக்கு அடையாளமாக!

1965லிருந்தே, "மக்கள் இலையையும், புல்லையும் சாப்பிட்டாலும் பரவாயில்லை. முதலில் தேசப் பாதுகாப்பு முக்கியம்" என்று கூறிவந்தவர் அல்லவா? பதவிக்கு வந்ததும் தான் நினைத்ததைச் செயல்படுத்தத் தொடங்கிவிட்டார்.

1975. வெளிநாடுகளில் சுற்றுப்பயணம் மேற்கொண்டிருந்த பாகிஸ்தானின் அணுசக்தி விஞ்ஞானி டாக்டர் ஏ.க்யூ.கான், அவசரமாக நாட்டுக்குத் திரும்ப அழைக்கப்பட்டார். சிஹாலா, கஹூட்டா என்ற இரு இடங்களில் அணு ஆராய்ச்சி நிலையங்கள்

நிறுவப்பட்டன. டாக்டர் கான் தலைமையில், இரவு பகலாக பணிகள் நடைபெறத் தொடங்கின. (இவரேதான் சமீபத்தில் பாகிஸ்தானின் அணுசக்தித் துறை ரகசியங்களை அந்நிய சக்திகளுக்கு விற்றார்!)

இவை ஒருபுறமிருக்க, மக்களை நேரடியாக குஷிப்படுத்தும் கவர்ச்சிகரமான திட்டங்கள் பலவற்றையும் புட்டோ கொண்டு வந்தார்.

விவசாயக் கடன்கள், குறைந்த விலை மின்சாரம், சுலபத்தில் ரேஷன் பொருட்கள், படு மலிவாக கோதுமை என்று பாக். மக்கள் அதுவரை அனுபவிக்காத பல சுகங்களை முதல்முதலில் அறிமுகப்படுத்தியவர் புட்டோ தான்.

தன் எதிரே உள்ள தட்டுச் சோறு பறிக்கப்பட மாட்டாது என்பது தெரிந்தவுடனேயே, மக்கள் நூறு சத ஆதரவு தந்து விடுவார்கள் என்பது புட்டோவுக்குத் தெரிந்திருந்தது. கூடுதலாக, இலவசக் கல்வித் திட்டங்களையும் அவர் ஊக்கப்படுத்த, பாகிஸ்தான் தன் பழைய கசப்புகளை மறந்து சுதந்தர ஜனநாயகக் காற்றை சுவாசிக்கத் தொடங்கியது.

இந்தச் சுமுக வாழ்க்கை ஆரோக்கியமான வளர்ச்சி இவற்றைக் காட்டியே புட்டோ உலக நாடுகளிடமிருந்து வளர்ச்சித் திட்டங்களுக்கான கடன் உதவிகளையும் வாங்கிக் குவித்தார்.

அவருக்கு ஜனநாயகத்தின் பலமும், மக்களின் மனமும் துல்லியமாகப் புரிந்திருந்தது. ஒரு பத்தாண்டு காலம் கூடுதலாக ஆட்சிப் பொறுப்பில் புட்டோ இருந்திருந்தால், இந்தியாவுக்கு நிகரான வலுவான ஜனநாயக அடித்தளம் இட்டிருப்பார் என்கிறார்கள் அரசியல் விமர்சகர்கள்.

ஆனால், புட்டோவின் விதி வேறு விதமாக இருந்தது. வேறென்ன? ஜனநாயகத்தின் நிரந்தர விசிட்டிங் கார்டான ஊழல்கள்தான்!

ஆட்சிமையத்தின் கீழ் மட்டத்தில் மெல்ல மெல்லத் தலையெடுக்கத் தொடங்கிய ஊழல்கள், படிப்படியாக விரிவடைந்து, அமைச்சரவை, அதிகார மட்டம் வரை வியாபித்து, பாகிஸ்தானின் மிகப்பெரிய 'பேசும் பொருளா'னது 1975ல்.

தவிர, மதக் குழுக்களுக்கிடையிலான மோதல்கள், ஆதிவாசிகள் கிளர்ச்சி, தினமொரு போராட்டம், பஸ் எரிப்பு, கொலைகள், தீர்ப்புத் தகிடுதத்தங்கள் என்று பெருகத் தொடங்கின.

அதிகார மட்டத்தில் நடைபெறும் தவறுகள் திறமையாக மறைக்கப்பட்டு, பழியை வழியில் போகிறவன் தலையில் சுமத்துவது வாடிக்கையானது.

மேலும், இருக்கவே இருக்கிறது ஐ.எஸ்.ஐ. மிகமுக்கியமான அரசியல் முடிவுகளை எல்லாம் ஐ.எஸ்.ஐ.யின் ஆலோசனையின்படியே எடுக்கிறார்கள் என்கிற தகவல் டீக்கடை வரைக்கும் பேசப்பட்டது.

அதுநாள்வரை தேசத்தின் தவிர்க்க முடியாத, ஒரே பெரிய சக்தியாக விளங்கிய ராணுவம், தன் முக்கியத்துவம் பறிபோன கடுப்பில் ஏதாவது செய்துவிட வேண்டும் என்று சமயம் பார்த்துக்கொண்டிருந்தது.

ராணுவத் தளபதி ஜெனரல் ஜியாஉல்ஹக் அமைதியானவர். என்ன நினைக்கிறார் என்று சுலபத்தில் புரிந்து கொள்ள முடியாத அளவுக்குத்தன்னை மறைத்துக்கொள்ளும் சாமர்த்தியசாலி. பிரதமர் புட்டோவுடனோ, அதிபர் சவுத்ரியுடனோ அதிகம் ஒட்டாமல் தன் வேலையை மட்டும் பார்க்கிற வழக்கம் அவருக்கு.

தளபதி ஒரு வார்த்தை சொன்னால் போதும்... ஒரு ஆட்டம் விளையாடிப் பார்த்துவிடலாம் என்று நகம் கடித்துக் காத்திருந்த ராணுவத்துக்கு ஜூலை 5, 1977 அன்று அந்த 'இனிப்பான' உத்தரவு கிடைத்தது.

ஜியா ஒரு முடிவுக்கு வந்திருந்தார் அப்போது. 'தேச நலனை' முன்னிட்டு புட்டோவின் ஆட்சியைக் கலைத்துவிட வேண்டும்!

அது, அன்று நடந்தது. உலகின் தலைசிறந்த ஜனநாயகத் தலைவர்களுள் ஒருவராகக் கருதப்பட்ட புட்டோ, ராணுவத்தால் சிறைபிடிக்கப்பட்டு, தெருவுக்கு இழுத்து வரப்பட்டார்!

19. வெள்ளைப் பொய்

ஒரு கொலை குற்றச்சாட்டு. ஒரு தேர்தல் தகிடுதத்தக் குற்றச்சாட்டு. பத்துப் பதினைந்து நிர்வாகக் குளறுபடி குற்றச்சாட்டுகள். மேலும் கொஞ்சம் அதிகார துஷ்பிரயோகக் குற்றச்சாட்டுகள்.

போதாது? இத்தனையையும் ஒரு இரும்பு வளையத்தில் கோத்து, புட்டோவின் கையில் விலங்காக மாட்டி, இழுத்துச் சென்றது ராணுவம்.

ராவல்பிண்டி மாவட்டச் சிறைச்சாலையில் ஒரு சரியான இருட்டு கொடோனில் அவரை அடைத்துவிட்டு, லாகூர் உயர்நீதிமன்றத்தில் வழக்கைத் தொடங்கிவிட்டார்கள்.

''அது சந்தேகமில்லாமல் ஒரு மரண அறைதான். துளி காற்று, வெளிச்சம் கிடையாது. ஒருநாளில் குறைந்தபட்சம் இருபத்துமூன்று மணி நேரம் நான் அந்த அறையிலேயேதான் இருக்க வேண்டியதானது. மீதி ஒரு மணி நேரம் சுவாசிப்பதற்காகவும் கொஞ்சம் உயிரோடு இருப்பதற்காகவும் வெளியே உலவவிட்டார்கள்'' என்று எழுதுகிறார் புட்டோ.

லாகூர் உயர் நீதிமன்றத்தில் வழக்குத் தொடங்கியவுடனேயே ஜியா எதிர்பார்த்த ஒரு பிரச்னை, மலை மாதிரி முன்னால் வந்து நின்றுவிட்டது.

அது மக்கள் புரட்சி.

பாகிஸ்தானைப் பொறுத்தவரை புட்டோ அம்மக்களின் மனசாட்சி. ஒரே ஜனநாயகக் காவலர். அவருக்கே இந்த கதியா என்று கொதித்தெழுந்த மக்கள், இடைவிடாத போராட்டத்தில் இறங்கினார்கள்.

புட்டோவின் பாகிஸ்தான் மக்கள் கட்சியும் தம் தோழமைக் கட்சியினருடன் சேர்ந்து கையெழுத்து இயக்கம், மனித உரிமை கமிஷனிடம் புகார், அது, இது என்று தூள் கிளப்ப ஆரம்பித்தார்கள்.

ஜியாவால் ஒரு வாய் சோறு தின்னமுடியவில்லை. அத்தனை நெருக்கடி. நிரந்தர அவசர நிலைமை.

ஒரு கட்டத்தில் புட்டோவை விடுதலை செய்து, நாடு கடத்தி விடலாமா என்றுகூட ஜியா யோசித்தார்.

பத்து வருஷ நாடு கடத்தல். பாகிஸ்தான் பக்கம் திரும்பிப் பார்க்கக் கூடாது. அரசியல் என்ற சொல்லையே மறந்துவிட வேண்டும்.

முடியுமா புட்டோவால்?

சந்தேகமாயிருந்தது, ஜியாவுக்கு. காரணம், அரசியல் என்பது புட்டோவின் ரத்தத்தில் உள்ள சிவப்பணு மாதிரி. உள்ளிழுக்கும் ஆக்ஸிஜன் மாதிரி.

அசாத்தியமான பேச்சுத் திறனால் உலகை வெல்லலாம் என்று தனக்குத்தானே நிரூபித்துக் கொண்டு, அரசியலில் குதித்து, இரண்டு ஆட்சிகளைப் பார்த்தவர்.

யாஹியாவுக்குப் பிறகு ஒருவேளை புட்டோ ஆட்சியைப் பிடிக்காமல் போயிருந்தால் என்ன ஆகியிருப்பார் என்று ஒரு இஸ்லாமாபாத் பத்திரிகையாளர், புட்டோவின் கட்சித் தலைவர் ஒருவரிடம் கேட்டார், ஒருமுறை.

ஜீனத் அன்சாரி என்ற அந்தத் தலைவரிடமிருந்து உடனே வந்த பதில், "வேறென்ன? புட்டோவுக்கு பைத்தியம் பிடித்திருக்கும்!"

அந்தளவுக்கு அரசியலும் ஆட்சி வேட்கையும் சாதிக்கும் வெறியும் மிக்கவர் புட்டோ.

அவரைப் போய் அரசியல் பக்கம் வராமல் பத்து வருஷம் வெளிநாடு போய் இரு என்று விட்டால், சும்மா இருப்பாரா?

தோதாக ஈரானிலும் அந்தச் சமயம் கிட்டத்தட்ட பாக்.கில் நடந்த மாதிரியே ஒரு அரசியல் குழப்பம் நேர்ந்து அயதுல்லா

கொமேனியை ஃப்ரான்ஸுக்கு நாடு கடத்தியிருந்தார்கள். பதினைந்து வருஷ அஞ்ஞான வாசம்.

கொமேனி பிரான்ஸில் வசதியாக வாழ்ந்துகொண்டு, அங்கிருந்தே ஈரான் மக்களையும் புரட்சிக்குத் தூண்டிவிட்டுக் கொண்டிருந்தார், ரகசியமாக. ஈரானிலுள்ள அத்தனை அரசியல்வாதிகளையும், கட்சிகளையும் தன் சுண்டுவிரல் முனையில் கொண்டு நிறுத்திக்கொண்டு, மீண்டும் புது உத்வேகத்துடன் நாட்டுக்குத் திரும்பி வந்தார்.

பதவிக்கு வர அப்போது அவருக்கு ஒரு சிக்கலும் இருக்கவில்லை. சுலபமாக ஆட்சியில் அமர்ந்து, தன்னிகரில்லாத தலைவராகவும் ஆகிவிட்டார்.

அதே மாதிரி புட்டோவுக்கு ஒரு வாய்ப்பு ஏன் தரவேண்டும் என்று தோன்றிவிட்டது ஜியாவுக்கு.

வெறும் சிறைத் தண்டனை கூடப் போதாது என்று அவர் நினைத்தது, லாகூர் உயர் நீதிமன்றத்தின் காதுகளுக்கு மட்டும் ரகசியமாகக் கேட்டது!

சரியாக ஒரு வருடம் நடந்த விசாரணையின் முடிவில் புட்டோவுக்குத் தூக்குத் தண்டனை விதித்தது, நீதிமன்றம்.

கொந்தளித்துவிட்டது பாகிஸ்தான். எந்த விநாடியும் தேசம் மாபெரும் பூகம்பத்துக்கு ஆளாகலாம் என்கிற நிலையில், ஜியா வேறு ஒரு யோசனை செய்தார்.

இது அரசியல் பழிவாங்கும் நடவடிக்கையல்ல, உயர் நீதிமன்றத்தின் 'சொந்தத்' தீர்ப்புதான் என்பதை வலியுறுத்தும் விதமாக, அரசு ஒரு வெள்ளை அறிக்கை வழங்க உத்தரவிட்டார்.

இதற்குள் தனக்கு இழைக்கப்பட்ட அநீதியை நீக்க வேண்டி, புட்டோ சுப்ரீம் கோர்ட்டில் அப்பீல் செய்திருந்தார்.

அரசின் வெள்ளை அறிக்கை குறித்து, விசாரணைக்கு வந்திருந்த புட்டோவிடம் கோர்ட் வளாகத்தில் நிருபர்கள் கேட்டபோது, ஒரு வரியில் பதில் சொன்னார்: "அது வெள்ளை அறிக்கை அல்ல, வெள்ளைப் பொய்!"

உலகம் முழுவதிலும் எத்தனையோ பேர் எது எதற்கோ குற்றம் சாட்டப்பட்டுவிசாரிக்கப்படுகிறார்கள், வாக்குமூலம்தருகிறார்கள்.

ஆனால் புட்டோவின் அந்த மரண வாக்குமூலம், உலக இலக்கியங்களுள் ஒன்றாக வைத்துப் பேசத்தக்க அளவுக்கு, அர்த்தமும் அழுத்தமும் அழகும் பொருந்தியது.

ஆயிரக்கணக்கானபக்கங்கள்கொண்டஅந்தவெள்ளைஅறிக்கைக்கு, சுமார் இருநூறு பக்கங்களில் வரிக்கு வரி மறுப்பும், வார்த்தைக்கு வார்த்தை விளக்கமுமாகப் பொரிந்து தள்ளியிருக்கிறார் புட்டோ.

“நவீனத்துவப் பார்வையுடன் பாகிஸ்தானை உலக அரங்கில் நிகரில்லாத நாடாக உயர்த்தும் தன் முயற்சியைக் கண்டு மனம் பொறுக்காத பழமைவாத சுயநலமிகளின் திட்டமிட்ட சதி” என்று தாக்குகிறார்.

பாகிஸ்தானில் நூலாக வெளியாகி, ரகசியமாக மட்டுமே உலவிவந்த அந்த வாக்குமூலம் அதிர்ஷ்டவசமாக இந்தியாவிலும் கிடைக்கிறது. *(If I am assassinated)*

புட்டோவின் வலிமைமிக்க மொழியை ரசிக்க விரும்புபவர்கள் இந்த ஒரு நூலைப் படித்துப் பார்த்தாலே போதும்.

அது ஒருபுறம் இருக்க, சுப்ரீம் கோர்ட் விசாரணைக்கு நூற்றுக்கணக்கான சாட்சிகள் வரவேண்டியிருந்தது. விசாரணை எப்போது முடியும் என்பது யாராலும் கூறமுடியாத அளவுக்கு, நாளுக்கு நாள் சிக்கலாகி இழுத்துக் கொண்டே போனது.

தன்மீது சுமத்தப்பட்ட குற்றச்சாட்டுகள் அத்தனையுமே பொய் என்பதற்கு புட்டோ ஒருபுறம் அடுக்கடுக்கான ஆதாரங்கள் வைக்க, மறுபுறம் அரசுத் தரப்பு ஆதாரங்களும் சமவலிமை மிக்கதாகவே இருந்தன.

இது எப்படி சாத்தியம்?

அதுதான் ஜியாவின் தந்திரம். ஒரு சாம்பிள் பாருங்கள்.

பாகிஸ்தானில் நடந்த பொதுத் தேர்தலில் புட்டோவின் மக்கள் கட்சி செய்த தகிடுதத்தங்களால்தான், அவர் பதவிக்கு வர

முடிந்தது. இது தொடர்பாக நடந்த ஒரு அரசியல் தலைவரின் படுகொலையிலும், புட்டோ நேரடியாக சம்பந்தப்பட்டிருக்கிறார் என்று ஒரு குற்றச்சாட்டு.

இந்தக்குற்றத்தின்பின்னணியைத்துழாவிக்கொண்டேபோகையில் சில ராணுவ ஜெனரல்களையும், புலனாய்வு அதிகாரிகளையும் விசாரிக்க வேண்டி வந்தது. (யாஹியாவின் இறுதிக்காலத்தில் புட்டோவுக்கு ராணுவத்தில் இருந்த செல்வாக்கு குறித்து ஏற்கெனவே பார்த்திருக்கிறோம்.)

அப்படி விசாரணைக்குச் செல்லவிருந்த ராவ் அப்துல் ரஷீத் என்கிற புலனாய்வுத் துறை அதிகாரிக்கு முதல் நாள் இரவு ஒரு போன் வருகிறது. பேசியது அவருக்குத் தெரிந்த ராணுவ அதிகாரியான பிரிகேடியர் அப்துல் நயீம்.

"புட்டோ மீண்டும் ஆட்சிக்கு வந்தால் ஒருவேளை அதை ராணுவம் விரும்பி ஏற்கும் என்று நினைக்கிறீர்களா?"

அப்துல் ரஷீதுக்குத் தெரியும். அது சாத்தியமே இல்லை. இனி புட்டோவை எழுந்திருக்க விடமாட்டார்கள்.

"முடியாது இல்லையா?" கேள்வி கேட்டவாறே பதிலையும் எடுத்துக் கொடுத்தார்.

எதிர்முனை இப்போதும் அமைதியாகவே இருந்தது. அதாவது, கட்டளைக்குக் கட்டாயக் காத்திருப்பு.

"சரி. நீங்கள் ராணுவத்துடன் ஒத்துழைத்து விடுங்கள்!" அவ்வளவுதான். பதில் பேச முடியாத விளிம்பு அது.

இது ஒரு சாம்பிள் மட்டுமே. அன்றைக்கு ஜியா பதவிக்கு வந்தவுடன் பாக். நிர்வாகம் எப்படி இருந்தது என்பதற்கு இந்த ஒரு உரையாடல் ஆதாரம் போதும்.

மார்ச் 18, 1978ல் லாகூர் உயர் நீதிமன்றம் புட்டோவுக்கு மரணதண்டனை விதித்தது. மேலும் ஒரு வருடம் சுப்ரீம் கோர்ட்டில் வழக்கு நடந்தது. அந்த நீதிமன்றமும் உயர் நீதிமன்றத் தீர்ப்பை உறுதிசெய்தது.

ஏப்ரல் 4, 1979 அன்று, ராவல்பிண்டி மத்திய சிறைச்சாலையில் புட்டோவைத் தூக்கில் இட்டார்கள்.

"என் வாழ்க்கை முழுவதையும் சக்தி முழுவதையும் மானுட விடுதலை என்னும் மகத்தான பணிக்காகவே இதுவரை செலவிட்டு வந்திருக்கிறேன். அந்தப் பணி என்னை நிறைவுகொள்ளச் செய்கிறது. அந்த நிறைவே எனக்குப் போதும்" என்று இறுதியாகச் சொன்னார் புட்டோ.

உலகம் முழுவதிலுமுள்ள ஜனநாயக தேசங்கள், பதைபதைப்போடும் அருவருப்போடும் ஆற்றாமையோடும் அந்தக் காட்சியைக் கண்டன.

"முடிந்துவிட்டதல்லவா? சரி. அடுத்த வேலையைப் பார்க்கலாம்" என்று கூலாக எழுந்துபோனார் ஜியாஉல் ஹக்.

20. வாக்குறுதி வள்ளல்

தொடர்ச்சியாக, மிக அதிக காலம் பாகிஸ்தானை ஆண்டவர் முகம்மது ஜியா உல் ஹக். பதினோரு வருடங்கள். அதாவது, புட்டோவைக் கைது செய்த தினத்திலிருந்து 1988ல் ஜியா ஒரு விமான விபத்தில் (அது விபத்து இல்லை. சதி என்று இன்றுவரை சந்தேகம் உண்டு) இறந்த தினம் வரையில் அசைக்கமுடியாத இரும்புத் தலைவராக இருந்தார்.

மறைந்த ஜுல்பிகர் அலி புட்டோவின் மனைவி நுஸ்ரத் எப்படியாவது ஜியாவைக் கவிழ்க்கப் பார்த்தார். முடியவில்லை. அவருக்குப் பின் அவரது மகள் பேனசிர் புட்டோ ஒற்றைக் காலில் நின்றுபார்த்தார். ஒன்றும் ஆகவில்லை. காமெடியன் மாதிரி நவாஸ் ஷெரீஃபும் தன் பங்குக்குப் பல அமெச்சூர் முயற்சிகள் செய்து பார்த்தார். ம்ஹூம். புட்டோவின் மகன் முர்தஸா புட்டோ, ஒரு தீவிரவாத இயக்கத்தைத் தோற்றுவித்து, ஆயுதப் புரட்சி மூலமாகவாவது ஜியாவை அழித்துவிட முயற்சி செய்து பார்த்தார். அதுவும் பணால்.

ஜியாவிற்கு அபாரமான கடவுள் பக்தி. அதேசமயம் இரக்கத்தின் சாயல்கூடப் பட்டுவிடாத ஒரு காங்கிரீட் மனம்.

1924 ஆகஸ்ட் 12 அன்று, ஜலந்தரில் ஒரு கீழ் மத்தியத் தரக் குடும்பத்தில் பிறந்தவர் ஜியா. சாதாரண அரசுப் பணியாளரான அவரது தந்தையால் மூன்று வேளை உணவு தரமுடிந்ததே தவிர, சிறுவன் ஜியாவுக்கு வேறெந்த சந்தோஷங்களையும் கண்ணில் காட்ட முடியவில்லை.

“படிப்பிலும் சரி, விளையாட்டிலும் சரி, அவன் ஒரு வெறிமிக்க வேட்டை நாய். தேர்வுகளை உலக யுத்தம் மாதிரிதான் அணுகுவான்.

சாதாரண வெற்றி அவனுக்கு எப்போதுமே பிடிக்காது, எதுவும் மிகப் பெரிதாக இருக்க வேண்டும்'' என்று கூறுகிறார் ஜியாவின் மதகுரு ஒருவர்.

ராணுவக் கல்வியில் தேர்ச்சி அடைந்த பிறகு, 1944ல் பிரிட்டிஷ் இந்திய ராணுவத்தில் சேர்ந்து பணியாற்றிய ஜியா பர்மா, மலேயா, ஜாவா போன்ற நாடுகளிலும் சிறிது காலம் பணியாற்றித் திரும்பியிருக்கிறார்.

பிரிவினைக்குப் பின் பாக். ராணுவத்தின் நம்பிக்கைக்குரிய இளம் ஆபீசராக அனைத்து அதிகாரிகளாலும் விரும்பப்படும் வீரராக விளங்கிய ஜியாவுக்கு, 1969ல் பிரிகேடியர் ப்ரமோஷன் கிடைத்தது.

அப்போது ஜோர்டான் மன்னருக்கும் பாலஸ்தீன விடுதலைப் படையினருக்கும் நடந்துகொண்டிருந்த கடும் யுத்தம், மத்தியக் கிழக்கு நாடுகளிடையே பெரும் தலைவலியாக இருந்தது.

அப்போது பாகிஸ்தான் பிரசிடெண்ட்டாக இருந்த யாஹியாகான், ஜோர்டான் மன்னருக்கு ஆதரவான நிலை எடுத்து, அவருக்கு உதவியாகத் தம் படை ஒன்றை அனுப்பி வைத்தார். ஜியாவின் தலைமையில் சென்ற பாக். படை, ஜோர்டான் மன்னர் ஹுசேனின் கவசமாக விளங்கி, புரட்சிகர பாலஸ்தீன விடுதலைப் படையின் சிம்மசொப்பனமாக ஆட்டிப் படைத்தது.

தான் ஆட்சிக்கு வந்த உடனே ஜியாவை ராணுவத் தளபதியாக அறிவித்தார் புட்டோ. காரணம், பாக். ராணுவத்தின் ராணுவ அதிகாரிகளின் நாடித்துடிப்பை நன்கு அறிந்தவரான புட்டோ, ஜியாவின் ஒழுக்கம் சார்ந்த கட்டுப்பாட்டு நடவடிக்கைகளை மிகவும் விரும்பியதுதான்.

வேடிக்கை என்னவென்றால், புட்டோவுக்கு அரசியல் ஒழுக்கம் இல்லை என்று குற்றம் சாட்டித்தான் அவரைப் பதவியிலிருந்து நீக்கியதோடு மட்டுமல்லாமல் மரண தண்டனையும் விதித்தார் ஜியா.

ஜியா பதவிக்கு வந்த ஓராண்டுக்காலம் வரை தலைமை ராணுவ ஆட்சியாளராகவே இருந்தவர், பிறகு தமக்குத்தாமே அதிபராக முடிசூட்டிக் கொண்டார் (இப்போது முஷாரஃப் செய்தது

போலவே). தான் சொன்னபடி கேட்கக்கூடியவர் என்று நம்பிய முகமது கான் ஜுனேய்ஜோ என்பவரை பொம்மைப் பிரதமராக உட்காரவைத்துவிட்டு, ஆளத் தொடங்கினார்.

ஜூலை 77ல் ராணுவப் புரட்சி செய்த ஜியா, அக்டோபரில் கட்டாயம் பொதுத் தேர்தல் நடத்தி, ஜனநாயக ரீதியிலான ஆட்சிக்கு வழி அமைத்துக் கொடுத்து விட்டுத் தான் விலகிக்கொள்வேன் என்று முதல்முதலில் அதிபர் மாளிகையில் நுழைந்தவுடனே அறிவித்தார்.

அக்டோபர் வரை தேர்தலுக்கான ஏற்பாடுகள் செய்வதாக பாவ்லா காட்டிய ஜியா, "தேசம் இருக்கும் சூழ்நிலையில் இப்போது தேர்தல் சாத்தியமே இல்லை. முந்தைய ஆட்சியின் ஊழல்கள் வண்டியாக இருக்கின்றன. முதலில் அவற்றை பைசல் பண்ணிவிட்டுத்தான் தேர்தல். தவிர, மூட்டை மூட்டை வெள்ளை அறிக்கைகளும் அளிக்க வேண்டியிருக்கின்றன" என்று கூறிவிட்டார்.

'எந்த அரசியல் கட்சியும் தடை செய்யப்பட மாட்டாது. ஜனநாயகப் படுகொலை நடக்கவே நடக்காது' என்பது ஜியா கொடுத்த இரண்டாவது வாக்குறுதி.

1978, மார்ச் முதல் தேதி நடைபெறுவதாக இருந்த பொதுத் தேர்தலை மீண்டும் தள்ளிப்போட்ட கையோடு, கட்சிகளின் அரசியல் நடவடிக்கைகளுக்குத் தடை விதித்தார்.

அதாவது ஊர்வலம், பொதுக்கூட்டம், மாநாடு, பேரணி, செயற்குழு, பொதுக்குழு எதுவும் கூடக்கூடாது.

கேட்டதற்கு, "நான் கட்சிகளைத் தடை செய்யவில்லையே? கட்சி சார்ந்த நடவடிக்கைகளுக்குத்தான் தடை" என்று ஒரு பிரமாதமான வாழைப்பழ பதில் சொன்னார். மிரண்டு போனது பாகிஸ்தான்!

"பத்திரிகைகள், பத்திரிகையாளர்களை நான் மிகவும் மதிக்கிறேன். ஒருபோதும் அவர்களுக்கு ராணுவ அரசால் ஆபத்து நேராது" இது ஜியாவின் மூன்றாவது வாக்குறுதி.

இந்த வாக்குறுதியின் ஆயுள், அது வெளியான அரைமணி நேரத்துக்கு ஐந்து நிமிடம் அதிகம். அவ்வளவுதான்.

"78 பொதுத் தேர்தலை ரத்து செய்வதாக அறிவித்த மறுகணமே, நாடெங்கிலும் சுமார் 200 முக்கியமான பத்திரிகையாளர்கள் பல்வேறு காரணங்களுக்காகக் கைது செய்யப்பட்டார்கள். பல

தினசரி இதழ்கள் இழுத்துமூட நிர்ப்பந்திக்கப்பட்டன (அவற்றுள் சில இன்றுவரை திறக்கப்படவே இல்லை).

79ல் எப்படியும் தேர்தல் நடத்தி விடுவேன் என்றார் ஜியா. ஆனால், இம்முறை யாரும் நம்பத் தயாராயில்லை. நாடெங்கும் கண்டனப் பேரணிகளும் ரகசியக் கூட்டங்களும் நடக்கத் தொடங்கின.

அவ்வளவுதான், சுறுசுறுப்பாகி விட்டார் ஜியா. கடகடவென்று அகப்பட்ட அரசியல் தலைவர்களையெல்லாம் பிடித்து, சிறையில் அடைக்கத் தொடங்கிவிட்டது ராணுவம். புட்டோவின் மனைவி நுஸ்ரத்தையும் மகள் பேனசீரையும் கைதுசெய்து கொஞ்சநாள் வீட்டுக் காவலிலேயே வைத்திருந்தார்கள். அவர்கள் வீட்டுக்காவலில்தான் இருக்கிறார்கள் என்று பேப்பர்கள் தினசரி எழுதிக்கொண்டிருந்த சமயத்தில் ஒரு சுபமுகூர்த்தம் பார்த்து, இரவோடு இரவாக சிறையில் கொண்டுபோய் அடைத்துவிட்டது ராணுவம்.

இந்தக் கலாட்டாவெல்லாம் மக்களை உசுப்பிவிட்டது. "மகனே, தேர்தல் நடத்துகிறாயா இல்லையா?" என்று வேட்டியை அவிழ்த்து, தலைப்பாகையாகக் கட்டிக் கொண்டு, லட்சக்கணக்கான மக்கள் தினசரி நடுரோடுக்கு வந்து கோஷம் போடவே, உள்ளாட்சித் தேர்தல்களை மட்டும் 79 செப்டம்பரில் நடத்த ஒப்புக்கொண்டார் ஜியா.

எந்தக் கட்சி வேட்பாளர்களும் போட்டியிடலாம். ஆனால் கட்சிகள் சார்பில் போட்டியிடக்கூடாது. அதாவது சுயேச்சைகளாக மட்டுமே கலந்துகொள்ளக்கூடிய வினோதமான தேர்தல்!

இந்தத் தேர்தல் ஒழுங்காக நடந்துமுடிந்தால் நவம்பரில் பொதுத் தேர்தல் நடத்திவிடுகிறேன் என்று மீண்டும் வாக்குறுதி அளித்தார் ஜியா.

உள்ளாட்சித் தேர்தல்கள் ஒழுங்காகத்தான் நடந்தன. ஆனால் புட்டோவின் 'பாக். மக்கள் கட்சி' ஆதரவாளர்கள்தான் பரவலாக வெற்றி பெற்றிருந்தார்கள். என்னதான் கட்சிசாரா தேர்தல் என்றாலும் எல்லாமே கண்ணாமூச்சி தானே? கவலை வந்துவிட்டது ஜியாவுக்கு.

இனி ஜனநாயக பஃபூன் வேஷமெல்லாம் தனக்குச் சரிப்படாது என்று முடிவு செய்தார் ஜியா. தன் ராணுவ மிடுக்கை தனக்கே ஒரு முறை மீண்டும் ஞாபகப்படுத்திக் கொண்டார். திறமையான ஆட்சியின் மூலம் மக்களைச் சமாதானப்படுத்திவிட முடியும், இந்தக் கட்சிகளைத்தான் எதுவுமே செய்யமுடியாது என்று உணர்ந்தவர் அதிரடியாக, அரசியல் கட்சிகளுக்குக் கடிவாளம் போட ஆரம்பித்தார்.

1981 பிப்ரவரி *6* அன்று நுஸ்ரத்தின் பாக். மக்கள் கட்சியை செயல்படாமல் முடக்கிவைத்தார். நுஸ்ரத், பிற கட்சித் தலைவர்களுடன் இணைந்து, ஜனநாயகத்தை மீட்க பாடுபடத் தொடங்கியபோது, அத்தனை பேரையும் பிடித்து, உள்ளே தள்ளினார் ஜியா.

ஒரு சர்வாதிகாரியின் நிஜமுகம் எப்படி இருக்கும் என்பதை முதல்முறையாக அவர் வெளிக்காட்டிய சந்தர்ப்பம் அது!

21. கோபால் பல்பொடி ரூட்

"குர்ஆன் குறிப்பிடும் சைத்தானுக்கு ஷெர்வானி மாட்டினால் எப்படியிருக்கும் என்று யோசித்துப் பார்த்தோம். மன்னிக்கவும். தொடர்ந்து யோசிக்கவிடாமல் மேதகு ஜனாதிபதியின் உருவம் கண்முன் வந்து மிரட்டுகிறது."

பாகிஸ்தான் விவசாய மக்கள் மேம்பாட்டுக் கட்சியின் ஒரு செயற்குழுக் கூட்டம் முடிந்தபிறகு, அதன் தலைவர்களுள் ஒருவர் பத்திரிகையாளர்களிடம் இப்படிச் சொன்னார்.

இதற்கு ஜியா எப்படி ரியாக்ட் செய்தார் அல்லது செய்தாரா என்று தெரியவில்லை. ஆனால் 1979 80 கால கட்டங்களில் பாகிஸ்தானில் 'பிரசிடெண்ட்' என்று சொல்லி, அடம் பிடிக்கும் குழந்தையை பயமுறுத்திச் சோறூட்டும் அளவுக்குப் 'புகழ்' பெற்றிருந்தார் ஜியா.

உண்மையில் ஜியா அத்தனை கொடியவரில்லை. அவர் காலத்தில் பாகிஸ்தானுக்கு நேர்ந்த பல நல்ல வளர்ச்சிக்கான அறிகுறிகளைக் கணக்கில் கொண்டு பார்த்தால், அவர் ஒரு கண்டிப்பான கணக்கு வாத்தியாராகத்தான்இருந்திருக்கிறார். மக்கள்மனத்தளவில்ராணுவ ஆட்சிக்கு ஒருபோதும் பூரண ஆதரவு தரமாட்டார்கள் என்பது அவருக்குப் புரிந்திருந்ததால் 'இதோ தேர்தல்', 'அதோ ஜனநாயகம்' என்று அவ்வப்போது போக்குக் காட்டிக்கொண்டே வந்தார்.

அதே சமயம், பாகிஸ்தானின் எதிர்கால நல்வாழ்வுக்கான சில ஆக்கபூர்வமான முயற்சிகளை எடுக்கவும் அவர் தவறவில்லை. ஜியாவின் அத்தகைய ராஜதந்திர நடவடிக்கைகளில் முதன்மையானது சோவியத் எதிர்ப்பு.

அப்போதுஇந்தியாமுதல்முறையாகஅணுஆயுதப்பரிசோதனைக்கு ரகசியமாகத் திட்டமிட்டு ஏற்பாடுகள் செய்துவந்த நேரம். இந்தியப் பிரதமர் இந்திராகாந்திக்கு (பிளவுபடாத) சோவியத் யூனியனுடன் இருந்த நல்லுறவும் அதன் விளைவாக இந்தியாவுக்குக் கிடைத்த பாதுகாப்பு தொடர்பான லாபங்களும், பாகிஸ்தானைக் கலக்கமுறச் செய்திருந்தன.

அமெரிக்காவும், சோவியத் யூனியனும்தான் அப்போது உலகின் மிகப் பெரிய வல்லரசுகள். இதில் இந்தியாவுக்கு சோவியத்தின் ஆதரவு என்பது மிக வெளிப்படையாக அறிவிக்கப்பட்டிருந்த விஷயம்.

இந்த நிலையில் பாகிஸ்தானுக்கு அமெரிக்க உதவியை பரிபூரணமாகப் பெற்றுவிட முடிவுசெய்தார் ஜியா. இதற்குத் தக்க தருணம் எதிர்பார்த்துக் கொண்டிருந்த ஜியாவுக்கு ஆப்கன் சோவியத் யுத்தம் ஒரு நல்ல வாய்ப்பாக அமைந்தது.

தெற்காசியாவில் சோவியத் ருஷ்யாவின் ஆதிக்கம் வலுப்பெற்று வந்த நேரம் அது. 1979 மத்தியில் ஆப்கன் மீது போர் தொடுக்க முடிவுசெய்தது ருஷ்யா.

பக்கத்துப் பக்கத்து தேசங்களின் பர்சனல் பிரச்னை இது என்று மற்ற பல நாடுகள் கமெண்ட் சொல்லாமல் பார்த்துக் கொண்டிருக்க, பாகிஸ்தான் யாரும் எதிர்பாராத நிலையில், சோவியத்துக்கு எதிராக ஆப்கன் ஆதரவு நிலை எடுத்து, போரில் குதித்தது.

கம்யூனிசத்தின் ஜென்ம விரோதியான அமெரிக்காவுக்கு பாகிஸ்தானின் இந்த 'ஆண்மைமிக்க' நடவடிக்கை மிகுந்த சந்தோஷத்தை அளித்தது. பாகிஸ்தானின் கம்யூனிஸ ஆதிக்க எதிர்ப்பு நிலையைப் பாராட்டும் விதமாகத் தன் பாக். ஆதரவை பகிரங்கமாக உறுதிப்படுத்திவிட்டது அமெரிக்கா.

அதோடு நிறுத்திக் கொள்ளாமல், பாக். ராணுவ வளர்ச்சி நிதியாக 3.2 பில்லியன் டாலர் அளித்து ஊக்கப்படுத்தியது.

ஜியா எதிர்பார்த்தது இதைத்தான். ஜியாவின் மற்றொரு மூவ்மெண்டும் அபாரமானது.

தேசத்தின் வளர்ச்சிப் பணிகளை எந்தளவுக்கு மேற்கத்திய பாணியில் அமைத்துக்கொண்டாரோ, அந்தளவுக்கு ஆட்சி நிர்வாக ஸ்டைலில் அமெரிக்கத் தாக்கம் வந்துவிடக்கூடாது என்பதில் அவர் உறுதியாக இருந்தார்.

"மேற்கத்திய ஜனநாயக ஆட்சிமுறை பாகிஸ்தானுக்கு ஒருபோதும் சரிப்படாது" என்று பகிரங்கமாக அறிவித்தவர், "பாகிஸ்தானை ஒரு பரிபூரண இஸ்லாமிய தேசமாக மட்டுமே செயல்பட அனுமதிப்பேன்" என்றும் கூறினார்.

நாடெங்கிலும் பல ஷரியத் நீதிமன்றங்கள் ஜியா காலத்தில் திறக்கப்பட்டன. ஒழுக்கம் சார்ந்த வாழ்க்கை முறை என்பது கட்டாயமாக்கப்பட்டது. மதுவிலக்கு பூரணமாக அமல் செய்யப்பட்டது. மிகச் சிறு குற்றங்களுக்குக் கூட கடுமையான தண்டனைகள் விதிக்கப்பட்டன.

புட்டோ காலத்தில் துணிச்சலாகச் செயல்பட்டுக் கொண்டிருந்த கடத்தல்காரர்களெல்லாம் ஜியா காலத்தில் தாய்லாந்து, இந்தியா, ஆஸ்திரேலியா என்று கண் காணாமல் சென்று தலைமறைவாகி விட்டார்கள்.

நியாயமாக இது பாகிஸ்தானில் பல நல்ல விளைவுகளை உண்டாக்கியிருக்க வேண்டும்.

ஆனால் நடந்தது வேறு.

பாகிஸ்தானிலேயே பிறந்து வளர்ந்து, குலத்தொழிலாகக் கடத்தல் செய்துவந்த சுமார் மூவாயிரம் பெரும் புள்ளிகள் அட்ரஸ் இல்லாமல் போய்விட்டதால், குடிசைத் தொழிலாக ஒபியம், கஞ்சா பயிரிட்டு வளர்த்துவந்த ஆப்கன் விவசாயிகளுக்கு, ஏற்றுமதி வழி தடைப்பட்டுப் போனது.

ஆப்கனிஸ்தானில் பயிராகும் போதைச் செடிகள் மேற்கத்திய நாடுகளுக்குப் போகமுடியாது. அரபு தேசங்களைக் கடந்து அவற்றால் ஐரோப்பாவின் எல்லையைக் கூடத் தொடமுடியாது.

ஒரே வழி பாகிஸ்தான் மூலம் இந்தியா, இலங்கை, மலேயா, சிங்கப்பூர் என்று கோபால் பல்பொடி ரூட்தான்.

இனி அதற்கு வழியில்லை என்று ஆனபோது ஆப்கானிய போதைப் பெருமக்கள் மாற்று உபாயம் யோசித்தார்கள்.

ஆப்கன் பாக். எல்லையிலிருந்த பாக். ஆதிவாசிகளை வளைத்து, அவர்கள் மூலம் கடத்தலுக்கு ஏற்பாடு செய்தார்கள். ஆனால், கல்வி அறிவோ, கடத்தலில் முன் அனுபவமோ அற்ற ஆதிவாசிகள், போதைப்பொருட்களைபாகிஸ்தானிலேயேவிற்று, கிடைத்தவரை காசு பார்க்க முடிவு செய்தார்கள்.

விளைவு?

மிகச் சில மாதங்களிலேயே பாகிஸ்தானின் மூலைமுடுக்கெல்லாம் ஒபியமும் அபினும் கஞ்சாவும் மளிகைக் கடையிலெல்லாம் கிடைக்க ஆரம்பித்தன. கட்டுப்படுத்த முடியாத அளவு போதைப் பெருக்கம் உருவாகிவிட, திணறிப் போனார் ஜியா.

மறுபுறம் பாகிஸ்தானின் ஆதி இனத்தவர்களான முகாஜிர் பஷ்டுக்களுக்கிடையே இனப்போர் உண்டாகி, நகரெங்கும் ரத்த நதி ஓடிக்கொண்டிருந்தது. கராச்சியில் ஓர் இரவில் வெடித்த வன்முறையில் மட்டும் முன்னூறு பேர் இறந்துபோனார்கள்.

பணப்புழக்கம் இல்லாமல், பொருளாதாரக் குற்றங்கள் மலிந்து, வேலை வாய்ப்புகளும் குறைந்ததால் உண்டான நிலைதான் அது. மதம் சார்ந்த கல்விக்கு மட்டுமே முக்கியத்துவம் அளித்த ஜியா, தொழில்நுட்ப ரீதியில் மாணவர்களை வளர்ச்சியடையச் செய்யத் தவறிவிட்டார்.

இதனால் ஒட்டுமொத்த பாகிஸ்தான் கட்சிகளும் அதிபருக்கு எதிராகப் புரட்சியில் இறங்க, ‘இத்தனை சீரழிவுகளுக்கும் பிரதமர் ஜுனெய்ஜோதான் காரணம்’ என்று கூறி அந்த அப்பாவி ஜீவாத்மாவை வீட்டுக்கு அனுப்பிவிட்டார் ஜியா.

1988 நவம்பரில் கண்டிப்பாகப் பொதுத் தேர்தல் நடத்தி விடுகிறேன் என்று இறுதியாகக் கூறினார் ஜியா.

அதற்கான ஏற்பாடுகளை முடுக்கி விட்டுவிட்டு, ஆகஸ்ட் 17 அன்று அமெரிக்கத் தூதர் ஆர்னால்டு ரஃபேல், அமெரிக்க ராணுவத் தளபதிகளுள் ஒருவரான ஹெப்வர்ட் வாஸம் ஆகியோருடன் இஸ்லாமாபாத்திலிருந்து டேம்வாலிக்குப் புறப்பட்டார்.

டேம்வாலி என்பது, பாகிஸ்தானின் வட பகுதியிலுள்ள ஒரு போர்ப் பயிற்சிக்களம். அமெரிக்கத் தயாரிப்பான எம்1 ரக டாங்க்குகள் அங்கு பரிசோதனைக்காக வந்து இறங்கியிருந்தன. பாக். ராணுவத்துக்கு இன்றளவும் பலம் சேர்க்கும் அந்த பீரங்கிகளின் முதல் 'டிரையலை'க்காண அமெரிக்க அதிகாரிகளுடன் புறப்பட்டுச் சென்றவர், பரிசோதனை வெற்றியடைந்த நிறைவுடன் பஹவல்பூர் விமானதளம் சென்று இஸ்லாமாபாத்துக்கு விமானம் ஏறினார்.

விமானம் கிளம்பி இரண்டே நிமிடங்கள்தான் ஆகியிருந்தன.

நடுவானில் விமானம் வெடித்துச் சிதறிவிட்டது. அடையாளம் காணக்கூட முடியாத நிலையில்தான், பிறகு ஜியாவின் உடல் இஸ்லாமாபாத்துக்குக் கொண்டுவரப்பட்டது.

பிரசிடெண்ட் இல்லாத தேசம் சுமார் இருபது மணி நேரம் குழப்பத்தில் தத்தளிக்க, செனட்டின் சேர்மனாக இருந்த குலாம் இஷாக் கானை ஆக்டிவ் பிரசிடெண்டாகப் பதவி ஏற்கச் சொன்னார்கள்.

இஷாக் கான் ஒரு ஜனநாயகப் பிரியர். தமது முதல் உரையிலேயே, "அறிவிக்கப்பட்டபடி நவம்பர் 16ம் தேதி பொதுத் தேர்தல் நடக்கும்" என்று உறுதிகூறினார்.

அப்படியே நடந்தது.

ஜுல்பிகர் அலி புட்டோவின் மகள் பேனசிர் ஆட்சி நாற்காலியில் முதல்முதலாக அமர்ந்த தருணம் அது.

22. ஒரு பெண்ணும் சில பேய்களும்

இந்தியாவில் நேருவின் சரியான அரசியல் வாரிசாக இந்திராகாந்தி எப்படிப் புகழ்பெற்றாரோ, அதேமாதிரி பாகிஸ்தானில் புட்டோவின் ஜனநாயகக் கனவுகள் யாவற்றையும் பேனசிர் நனவாக்குவார் என்று எதிர்பார்த்தார்கள், பாகிஸ்தான் மக்கள்.

ஹார்வர்ட் படிப்பு, அப்பாவின் வழிகாட்டுதல், அரசியல் ரத்தம். மேலாக, தன் தந்தையைக் கொன்ற ஜியாவின் ஆட்சியை ஒழிக்கவேண்டும் என்கிற வெறி.

இவையெல்லாம் சேர்ந்து, பேனசிரை அவரது இருபத்தி நான்கு வயதிலேயே ஒரு புரட்சித்தலைவி ஆக்கிவிட்டன. தோதாக ஜியாவின் ராணுவ அரசும் அவருக்கு ஓயாமல் தொந்தரவு கொடுத்துக்கொண்டே இருந்ததால், மக்களின் அனுதாபம் கலந்த ஆதரவையும் பேனசிரால் சுலபமாகப் பெறமுடிந்தது.

ஆனாலும் ஜியா அந்த விபத்தில் மரணமடையும் வரை பேனசிரால் அவரை ஒன்றும் செய்யமுடியவில்லை. அவரால் முடிந்ததெல்லாம் 1988ல் நடந்த பொதுத் தேர்தலில் போட்டியிட்டு, வெற்றி பெற்றதுதான். பதினோரு ஆண்டுகளுக்குப் பிறகு மீண்டும் பாகிஸ்தானில் ஜனநாயகம் மலர பேனசிர் ஒரு காரணமாயிருந்தார்.

1953, ஜூன் 21ம் தேதி, ஜுல்பிகர் அலி புட்டோவின் மூத்த மகளாகப் பிறந்தவர் பேனசிர். அவருக்குப் பிறகு புட்டோவுக்குப் பிறந்த மூன்று மகன்களில் ஒருவர்கூட உருப்படவில்லை. மூத்த மகன் மிர் முர்தஸா புட்டோ, ஒரு தீவிரவாதியாக மாறி ஆப்கன் பாலைவனங்களில் அலைந்து திரிந்து, பிறகு கொஞ்சநாள் டெமஸ்கஸில் தலைமறைவு வாழ்க்கை நடத்தி, மீண்டும் பாகிஸ்தான் வந்து, அடையாளம் தெரியாத 'யாரோ'க்களால் கொலை செய்யப்பட்டார்.

அடுத்த மகன் ஷா நவாஸும், அண்ணனுக்கு உதவுகிறேன் பேர்வழி என்று அட்ரஸ் இல்லாமல் போனார். கடைசி மகன் குறித்த சிறு விவரங்கள்கூட சரித்திரத்தில் காணோம்.

ஆக, அரசியலிலும் சரி தன் வாழ்க்கையிலும் சரி, புட்டோ விட்டுச்சென்ற ஒரே அடையாளம் பேனசிர்தான்!

ஆனால் உலக அரசியல்வாதிகளுள் பேனசிர் அளவுக்குப் பரிதாபகரமான ஒரு பெண்மணி வேறு யாராவது இருப்பாரா என்பது சந்தேகம்.

அவரது தந்தைக்கு இருந்தது போல அவருக்கு ராணுவ விரோதம் இல்லை. காலை வாரிவிட சக அமைச்சர்கள் யாரும் காத்திருக்கவில்லை. அதிபர் குலாம் இஷாக் கானும் மிகுந்த இணக்கமாகத்தான் இருந்தார். பேனசிரால் எத்தனையோ பல நல்ல சீர்திருத்தங்களைக் கொண்டு வந்து, தேசத்தையும் தன்னையும் ஒருசேர பலம் மிக்க சக்திகளாக ஆக்கியிருக்க முடியும்.

ஆனாலும், அவரது விதி, அவரது உறவினர்களாலேயே மோசமாகக் கிறுக்கப்பட்டது! பாக். அரசியலில் பேனசிருக்கு ஏற்பட்ட மகத்தான தோல்விகள் அனைத்துக்கும் அவரது தாய், கணவர், சகோதரர்கள் ஆகியோரே காரணமாயிருந்தது விசித்திரம்!

புட்டோவுக்குப் பிறகு அவரது பாகிஸ்தான் மக்கள் கட்சியின் தலைமைப் பொறுப்பில் இருந்தவர், அவரது மனைவி நுஸ்ரத் புட்டோதான். ஆனால் கட்சியில் நுஸ்ரத்தைவிட, பதவி எதிலும் இல்லாத அவரது மகள் பேனசிருக்கே செல்வாக்கு அதிகம் இருந்தது. தாய்க்கும் மகளுக்கும் இடையே விரிசல் உண்டாக முதல் காரணம் இதுதான். இது பின்னர் மேலும் விரிவடைந்து ஒருவர் முகத்தை ஒருவர் பார்த்துக்கொள்ளாத அளவுக்குப் போனது.

இதற்கு இன்னொரு முக்கியக் காரணம், நுஸ்ரத் தன் ஒன்றுவிட்ட, ஒன்பது விட்ட உறவுகளையெல்லாம் போய்ப் போய் அழைத்துவந்து கட்சிப் பதவிகளில் உட்காரவைத்தது.

ஆர்ப்பாட்ட அரசியல் எங்கு கொண்டுவிடும் என்று பேனசிருக்கு நன்கு தெரிந்திருந்ததால், தம் தாயின் ஒவ்வொரு அசைவையும் கவனித்து, கடிவாளம் போட ஆரம்பித்தார்.

உறவு உடைந்தது இங்கேதான்!

மறுபுறம், பேனசிர் தானே ஆசைப்பட்டுத் தேடித் திருமணம் புரிந்துகொண்ட ஆஸிஃப் சர்தாரி என்கிற பிசினஸ்மேன்.

சர்தாரி ஒரு சிந்தி நிலச்சுவான்தார். சிந்து நதிக்கரையை ஒட்டிய பலநூறு ஏக்கர் நிலம் அவரது பரம்பரைச் சொத்து. தவிரவும் கராச்சி, ராவல்பிண்டி நகரங்களில் பெரிய மில்கள், ஓட்டல்கள், ரியல் எஸ்டேட் பிசினஸ் என்று பணத்தில் கொழிக்கிற வம்சம்தான்.

ஆயினும், சம்பாதிப்பதற்கு அரசியல் என்னும் புதுக்கதவு ஒன்றும் திறந்தபோது, அவரால் அடக்கம் காக்க முடியவில்லை. பிரதமரின் கணவர் என்கிற செல்வாக்கில் புகுந்து விளையாட ஆரம்பித்துவிட்டார். பாகிஸ்தான் அரசியலில் ஆஸிஃப் சர்தாரியின் பெயரே 'பத்து பர்சன்ட் சர்தாரி' என்று ஆகும் அளவுக்கு, கமிஷன் விஷயத்தில் கோலோச்சத் தொடங்கினார் சர்தாரி.

பேனசிரின் நல்ல இமேஜைப் பொடிப்பொடி ஆக்கியதில் இவரது பங்கு, அடுத்தவர் போட்டி போட முடியாத அளவுக்கு முதன்மையானது!

மூன்றாவதாக, பேனசிரின் சகோதரர் மிர் முர்தஸா புட்டோ.

ஆக்ஸ்போர்டிலும் ஹார்வர்டிலும் படித்திருந்தாலும் முர்தஸாவின் விதி, அவரை வாழ்க்கை முழுவதும் ஒரு பிச்சைக்காரராகவே ஓடி ஓடி அலையவைத்தது.

77ல் புட்டோ கைதானபோது, தம் சகோதரருடன் முர்தஸா, அரசுக்கு எதிரான மக்கள் பிரசாரத்தைத்தான் முதலில் ஆரம்பித்தார்.

ஆனால், ஜியா அத்தனை சுலபத்தில் அசைத்துப் பார்க்கக்கூடிய தலைவர் அல்ல என்பது வெகு சீக்கிரத்திலேயே முர்தஸாவுக்குப் புரிந்துவிட்டது. புட்டோ தூக்கிலிடப்பட்டதும் அடுத்த குறி தானாக இருக்கலாம் என்ற அச்சத்தில், மத்தியக் கிழக்கு நாடுகளுக்குத் தப்பி ஓடினார் முர்தஸா.

பல இஸ்லாமிய தேசங்களில் ஜியாவுக்கு எதிராக ஆதரவு கேட்கப் போய் தோற்று, இறுதியில் ஆப்கன் ஆதரவுடன் 'அல் ஜுல்பிகர்' என்றொரு தீவிரவாத அமைப்பைத் தொடங்கினார்.

அக்கா பிரதமர். தம்பி, தீவிரவாதி! இந்த விரோத முரண், மக்களின் முக்கியமான பேசுபொருளானது, பாகிஸ்தானில்.

ஆனால் ஓர் அமைப்பை நிறுவி, முர்தஸா 'போராட'த் தொடங்கியதும், பல நாடுகள் அவருக்கு நிதி உதவி செய்யத் தொடங்கிவிட்டன.

பேனசிர் பிரதமரான உடனே முர்தஸா தன் பாதையை மாற்றிக்கொண்டு திரும்பியிருக்கலாம். அதை அவர் செய்யாதது மட்டுமல்ல, தந்தையின் மரணத்துக்கு (11 ஆண்டுகள் கழித்து) நீதி விசாரணை வைக்கவேண்டும் என்று கேட்டு, ஒரு கட்டத்தில் பேனசிரையே தர்மசங்கடத்துக்கு உள்ளாக்கினார். அதுமட்டுமல்லாமல் பேனசிரின் கணவரை தேசத்தின் ஒரே பெரிய கொள்ளைக்காரன் என்றும் வருணித்து பகிரங்கமாகச் சொற்பொழிவுகள் ஆற்றத் தொடங்கினார்.

இவையெல்லாம் தனி மனுஷியாக பேனசிரால் சமாளிக்க முடியாத வகையில், தலைவலி உண்டாக்கிக் கொண்டே இருந்தன.

ஒரு போலீஸ் என்கௌண்டரில் மர்மமான முறையில் முர்தஸா இறந்ததற்கு பேனசிர்தான் காரணம் என்கிற வதந்திகூட உண்டு.

அது ஒருபுறம் இருக்க, பேனசிரால் ஆட்சியில் முழுக் கவனம் செலுத்த முடியாமல் போனதற்கு இந்த உறவுகள் எல்லாம்தான் முக்கியக் காரணமாக அமைந்தன.

இந்த சொந்த சங்கடங்களைச் சமாளித்தே விழிபிதுங்கிக் கொண்டிருந்த பேனசிருக்கு, பஞ்சாபில் அப்போது முதல்வராயிருந்த நவாஸ் ஷெரீப், அடுத்த தலைவலியாக ஆட்டம் காட்ட ஆரம்பித்திருந்தார்.

பேனசிரின் மக்கள் கட்சி ஆளும் கட்சி என்றால், ஷெரீபின் முஸ்லிம் லீக் பிரதான எதிர்க்கட்சி.

நவாஸ், அரசியலுக்கு வருவதற்கு முன் பெரிய தொழிற்சங்கத் தலைவராகஇருந்தவர்.ஜாதிஅரசியலின்பலம்புரிந்து,சிறுபான்மை சமூகத்தவரின் அனாதரட்சகராகத் தம்மை அடையாளம் காட்டிக்கொண்டு, அரசியலுக்கு வந்தவர்.

பேனசிரின் குடும்ப அரசியலை முன்வைத்து அவர் மக்களிடம் கேள்விகள் கேட்டு, ஆட்சிக்கு சவால் விட்டுக் கொண்டிருக்க ஒரு கட்டத்தில் அடுத்த தேர்தலில் நவாஸ்தான் பிரதமர் என்று தேசம் முழுவதும் பேசுகிற அளவுக்கு அவரது செல்வாக்கு ஓங்கி உலகளந்து கொண்டிருந்தது!

1989 பேனசிரின் இரண்டாவது கஷ்டகாலம் தொடங்கியது. கூட்டணிக்குள் குழப்பங்கள், குழிபறிப்பு நடவடிக்கைகள். அது அப்படியே இனப் பிரச்னையாக மாறி சிந்திகளுக்கும் முஹாஜிர்களுக்குமான போராக உருவெடுக்க, (பேனசிரின் கணவர் ஒரு சிந்தி) ஹைதராபாத் மாகாணத்திலுள்ள புக்கா கிலா என்ற இடத்தில் பெரும் கலவரமே மூண்டுவிட்டது.

கொலைகளும், குண்டு வெடிப்புகளும் ரத்த ஆறுமாக நாள்கள் நரகமாக நகர்ந்தன.

மிர்ஸா அஸ்லம் பேக் என்பவர் அப்போது பாக். ராணுவத்தின் தளபதியாக இருந்தார். ஜியா காலத்திலிருந்தே அவர்தான் தளபதி. மிகுந்த ராஜ தந்திரமும் தேசப்பற்றும் ஜனநாயக விருப்பமும் கொண்டஇவர்தான்அன்றையபாகிஸ்தானின்கலவரநிலைமையை அலசிப் பார்த்து, ஆட்சியைக் கலைக்க வேண்டியதன் அவசியம் குறித்து அதிபர் குலாம் இஷாக் கானுக்கு எடுத்துச் சொன்னவர் (65, 71 இந்தியப் போர்களின் போது, பாக். தரப்புக்கு இவரது பங்களிப்பு மிக விசேஷமானது).

பாகிஸ்தானைப் பொறுத்தவரை எந்த ராணுவத் தளபதியும் இதற்கு முன் இப்படி நடந்துகொண்டதில்லை. ஆட்சியைக் கலைக்கும் ராணுவத் தளபதி, கையோடு அதிகாரத்தை தான் எடுத்துக்கொண்டு விடுவதுதான் அங்கே மரபு.

அஸ்லம் பேக்கும் தம் முன்னோர்களின் அடியொற்றி, பேனசிரை வீட்டுக்கு அனுப்பிவிட்டு தாமே சர்வாதிகாரியாக ஆகியிருக்கலாம்.

ஆனால், அவர் அப்படிச் செய்யவில்லை. சுமார் ஏழு மணி நேரம் அதிபர் குலாம் இஷாக் கானுடன் ஆலோசனை நடத்தினார். ஹைதராபாத்தில் தொடங்கிய கலவரம், தேசம் முழுவதும் பரவுவதற்குள் ஆட்சிக்கலைப்பை நிகழ்த்திவிட்டு, மாற்று ஏற்பாடு செய்யவேண்டியதன் அவசியம் குறித்து விவாதித்தார்.

மிகவும் ரகசியமாக நடந்த பேச்சுவார்த்தையின் இறுதியில் அதிபர், பேனசிரின் ஆட்சியைக் கலைக்கிற உத்தரவில் கையெழுத்திட்டார் (ஆகஸ்ட் 6, 1990). அவர் மீது ஊழல் மற்றும் சட்டமீறல் வழக்குகளும் தொடரப்பட்டன.

ஒரு கடத்தல் வழக்கில் ஆசிஃப் சர்தாரியும் கைது செய்யப்பட்டு சிறையில் அடைக்கப்பட்டார்.

சேகரித்த கொஞ்சநஞ்ச நல்ல பெயரையும் காற்றில் பறக்க விட்டுவிட்டு, சிறையில் வாடத் தொடங்கினார் பேனசிர்.

23. மூன்று தவறுகள்

பேனசிர் புட்டோவின் முதல் பதவிக் காலம் சுமார் ஒன்றரை ஆண்டுகள் மட்டுமே. அதாவது, டிசம்பர் 1988ல் பதவி ஏற்ற பேனசிரை, ஆகஸ்ட் 90ல் டிஸ்மிஸ் செய்துவிட்டார், அதிபர் குலாம் இஷாக் கான்.

இந்த காலகட்டத்தில், பேனசிர் செய்ததைவிட, செய்யத் தவறிய மூன்று விஷயங்களைகவனிக்க வேண்டியது மிக முக்கியம். அவரது அரசியல் சரிவின் அடிப்படை அங்கேதான் இருக்கிறது.

முதலாவது, பாகிஸ்தானின் ஒரே 'நிரந்தர அரசாங்கமான' ஐ.எஸ்.ஐ.யை அவர் கண்டுகொள்ளாமல் அலட்சியப்படுத்தியது.

அடுத்தது, எல்லையில் வளரத் தொடங்கிய தீவிரவாதக் குழுக்களை முளையிலேயே அடக்காமல் விட்டது.

பேனசிர் உணர்ந்தே செய்த இந்தத் தவறுகளில் இரண்டு, பாகிஸ்தானை பாதித்தது, ஒன்று இந்தியாவை.

ஒவ்வொன்றாகப் பார்க்கலாம். முதலாவது ஐ.எஸ்.ஐ. இந்தியாவுக்கு எதிராக ஐ.எஸ்.ஐ. நடத்தும் குள்ளநரி வேலைகள் மட்டுமே நமக்குத் தெரியும். ஆனால், பாகிஸ்தானுக்கு உள்ளேயே அந்த அமைப்பு செய்கிற பல காரியங்கள் குறிப்பாக அரசியல் ரீதியிலான காய் நகர்த்தல்கள், பொதுவாக வெளிஉலகம் அறியாதவை.

ஃப்ரண்டியர் போஸ்ட் என்னும் பாகிஸ்தான் பத்திரிகை ஒருமுறை ஐ.எஸ்.ஐ.யை 'கண்ணுக்குத் தெரியாத அரசாங்கம்' என்றே வருணித்து எழுதி, வாங்கிக் கட்டிக் கொண்டிருக்கிறது.

ஒரு சாதாரண புலனாய்வு அமைப்பு, இந்தளவுக்கு ராட்சஸ வளர்ச்சி பெற முடிந்தது எப்படி? எல்லா நாடுகளிலும்தான் புலனாய்வு அமைப்புகள் இருக்கின்றன. ஏன், பாகிஸ்தானிலேயேகூட ஐ.எஸ்.ஐ.யைத்தவிர, வேறு பல புலனாய்வு அமைப்புகளும் உண்டு. ஆயினும், ஐ.எஸ்.ஐ. மட்டும் எப்படி இப்படியொரு பெயரைச் சம்பாதித்தது?

காரணம், பாகிஸ்தான் ஆட்சியாளர்களைத் தவிர வேறு யாருமல்ல!

ஜனநாயகமும், ராணுவ ஆட்சியும் மாறி மாறி வரும் பாக். கில், ஆட்சியிலிருக்கும் யாருக்குமே அடுத்த நிமிடம் குறித்த உத்தரவாதம் எப்போதுமே இருந்ததில்லை. யாரால், எப்போது, எப்படி ஆட்சி கவிழப்போகிறது என்று எதிர்பார்த்தபடியே பதவி நாற்காலியில் ஏறி அமர்வதுதான் அங்கே வழக்கம்.

அரசியல் எதிரிகளை திசை திருப்பவோ, அழிக்கவோ அவர்கள் உளவுத்துறையைத்தான் பெரிதும் நம்பினார்கள். ஐ.எஸ்.ஐ.யின் கருத்தைக் கேட்காமல், ஒரு கொசுவைக்கூட கொல்லமுடியாது என்கிற அளவுக்கு நிலைமை தீவிரமானது யாஹியாகான் காலத்தில்.

குறிப்பாக, இந்தியா, ஆப்கன் போன்ற அண்டை நாடுகள் மீதான முடிவுகளை ஐ.எஸ்.ஐ. தனித்தே எடுக்கும். அது எடுக்கும் முடிவு, அரசே எடுக்கும் முடிவு மாதிரி. பாக். அரசுக்கு ஒரு முன்னறிவிப்புகூடத் தராமல், இந்தியாவில் எத்தனையோ நாசவேலைகளை அது செய்திருக்கிறது. ஏன் செய்தாய் என்றுகூட அரசு கேட்காது! அத்தனை சுதந்தரம்.

பல ஓய்வுபெற்ற காவல்துறை அதிகாரிகள், ராணுவ ஜெனரல்கள், புதிய துடிப்பான இளம் ஆபீசர்கள், தொழில்நுட்ப வல்லுநர்கள், அரசியல் சாணக்கியர்கள், பேராசிரியர்கள், வாடகைக் கொலைகாரர்கள், ஓய்வுபெற்ற தீவிரவாதிகள் என கதம்பமான நபர்களைக் கொண்டு உருவாக்கப்பட்ட உளவுப் பிரிவு ஐ.எஸ்.ஐ.

பாகிஸ்தான் ராணுவ அமைச்சகத்தின் கட்டுப்பாட்டின்கீழ் இது இயங்குகிறது. மற்றொரு உளவுப்படையான ஐ.பி., உள்துறையின் கட்டுப்பாட்டில் இயங்குவது.

பேனசிர் ஆட்சிக்கு வந்ததும் செய்த முதல் காரியம், ஐ.எஸ்.ஐ.யின் பல்லைப் பிடுங்கியதுதான். தன் தந்தை புட்டோவின் அழிவுக்கே ஓர் எல்லை வரை ஐ.எஸ்.ஐ. காரணமாக இருந்த சொந்த சோகம் ஒரு காரணம்.

இன்னொன்று. ஐ.எஸ்.ஐ.க்கு சலாம் போட்டுக்கொண்டு ஆட்சி நடத்த அவர் விரும்பவில்லை. ஒரு புலனாய்வு அமைப்பு அரசாங்கத்தை ஆட்டிப் படைப்பதா என்ற கடுப்பில், அதை ஓரம் கட்டும் வேலையின் முதல் கட்டமாக ஐ.பி.யின் அந்தஸ்தை அதிகப்படுத்தினார். மசூத் ஷெரீப் என்ற ஓய்வுபெற்ற ராணுவ ஜெனரலை(தன்கணவரின்சிபாரிசுப்படி)அதன்இயக்குநராக்கினார். ஐ.பி.யில் புதிதாக இருபது இணை இயக்குநர்களையும் நியமித்தார்.

அதுநாள் வரை ராஜாவாக இருந்த ஐ.எஸ்.ஐ. பேனசிரின் இந்த நடவடிக்கைகளால் மிகுந்த எரிச்சலுக்குள்ளாயிற்று. அந்த எரிச்சலில் பெட்ரோல் ஊற்றும் விதமாகவே இருந்தன, பேனசிர் அடுத்தடுத்து செய்த பல சீர்திருத்தங்கள்!

ஐ.பி.யின்முக்கியத்துவத்தைஅதிகப்படுத்தினால்மட்டும்போதாது; ஐ.எஸ்.ஐ.யின் முக்கியத்துவத்தை பகிரங்கமாகக் குறைக்கவும் வேண்டும் என்று முடிவு செய்த பேனசிர், முதல் கட்டமாக, இரு உளவு அமைப்புகளும் இனி இணைந்தே பணியாற்றும் என்று அறிவித்தார்.

அதுமட்டுமல்ல; அயல் விவகாரங்களில் ஐ.பி.யைக் கலந்து ஆலோசிக்காமல் ஐ.எஸ்.ஐ. எந்தச் செயலிலும் இறங்கக்கூடாது என்றும் உத்தரவிட்டார்.

கட்டபொம்மன் மாதிரி மீசை துடித்தது ஐ.எஸ்.ஐ.க்கு. அதன் செயல் வீரர்களுக்கு பேனசிரின் இந்த சட்டாம்பிள்ளைத்தனங்கள் சுத்தமாகப் பிடிக்கவில்லை. அவரை ஒழித்துவிட்டுத்தான் மறுவேலை என்று தீவிரமாக களத்தில் குதித்துவிட்டார்கள்.

நாடெங்கிலும் பல குட்டிக் கலகங்களையும், பெரிய கலவரங்களையும் தூண்டிவிட்டு தூபம் போட ஆரம்பித்தது ஐ.எஸ்.ஐ.

மறுபடியும் பேனசிருக்கு உதவக்கூடிய அரசு அதிகாரிகளை வளைத்து, மயக்கி தம் வழிக்குக் கொண்டுவந்து அவர்களை பிரதமருக்கு எதிரான தகவல்களைப் பரப்பவும் ஏற்பாடு செய்தது.

குறிப்பாக, முர்தஸா புட்டோ தொடர்பாக எழுந்த சர்ச்சைகளில் அதன் பங்கு கணிசமானது.

ஹைதராபாத் கலவரமும் அதன் விளைவாக பேனசிர் பதவி பறிக்கப்பட்டதும் நடக்காமல் போயிருந்தால்கூட, ஓரிரு மாதங்களுக்குள் அவரை ஓட ஓட விரட்ட தயாராயிருந்தது ஐ.எஸ்.ஐ.

ஆனால், பேனசிரைப் பதவியிலிருந்து தூக்கியெறியும் 'சந்தோஷம்' அவர் அடுத்த முறை (அக்டோபர் 93) பதவிக்கு வந்தபோதுதான் ஐ.எஸ்.ஐ.க்குக் கிடைத்தது.

அந்த விவரங்களை பிறகு பார்க்கலாம்.

அதற்கு முன்னால், எல்லைத் தீவிரவாதம். பேனசிரால் உதாசீனப்படுத்தப்பட்ட இரண்டாவது விஷயம்.

சில ஆண்டுகள் முன்பு லஷ்கர் போன்ற தீவிரவாத இயக்கங்களை தாமும் தம் கட்சியும் எதிர்ப்பதாக லண்டனில் உட்கார்ந்துகொண்டு பேட்டி கொடுத்தாரே பேனசிர், ஞாபகமிருக்கிறதா?

தொண்ணூறுகளின் தொடக்கத்தில் இத்தகைய பல இயக்கங்கள் தோன்றவும் இந்திய எல்லை ஓரம் வேரூன்றவும், காரணமாக இருந்ததே பேனசிர் அரசுதான்!

பாகிஸ்தான் வசமுள்ள காஷ்மீரின் சில பகுதிகளில் (கில்கிட்டைச் சுற்றிய வட பகுதி) இத்தகைய தீவிரவாதக் குழுக்களை அமைத்து, பயிற்சியளிப்பதற்கான ஆரம்பகட்ட பணிகளில் பாக். ராணுவமே ஈடுபட்டிருந்தது அப்போது.

வேலை வாய்ப்பு இல்லாமல் சுற்றிக்கொண்டிருந்த இளைஞர்களையும், மத அடிப்படைவாத சித்தாந்தங்களில் நம்பிக்கை கொண்டிருந்தவர்களையும் திரட்டி, ஆயுதப் பயிற்சியும் இலவச உணவும் ஓரளவு சம்பளமும் அளிக்கும் திட்டம் ஒன்றை, முதல் முதலில் பாக். ராணுவம் உருவாக்க முனைந்துகொண்டிருந்த நேரம் இது.

ராணுவத்துக்கு உதவும் சிவிலியன் படை என்பதாக முதலில் சொல்லப்பட்டது. அதுவே பிறகு பயங்கரவாதப் படையாக

உருவெடுத்தபோது, பேனசிரால் எதுவுமே செய்ய இயலாமல் போய்விட்டது.

அடிப்படையில் இந்தியாவுடன் பகை வளர்க்க பேனசிருக்கு விருப்பம் கிடையாது. ஆனால், காஷ்மீர் விஷயத்தில் விட்டுக் கொடுக்கும் எந்த முயற்சிக்கும் பாக். ஆட்சியாளர்கள் பச்சை சிக்னல் காட்டமாட்டார்கள் என்ற மரபை ஒட்டியே மௌனம் காத்து வந்தார்.

விடலைகளுக்கும், வேலையற்றோருக்கும் ராணுவ கேம்ப்களை ஒட்டி ஆயுதப் பயிற்சி வழங்கப்படும் செய்தி பேனசிருக்குச் சற்றே கவலை உண்டாக்கினாலும், அவர் எந்த நடவடிக்கையையும் மேற்கொள்ளாமலே இருந்து வந்தார்.

காரணம்ஏற்கெனவேஐ.எஸ்.ஐ.க்குஎதிராகச்செயல்பட்டு,அந்தசக்தி வாய்ந்த அமைப்பை முற்றிலும் பகைத்துக்கொண்டாகிவிட்டது. இப்போது ராணுவத்துக்கு எதிராகவும் ஏதாவது செய்யப்போய், பிரச்னை ஆகிவிடுமோ என்ற கவலைதான்!

தவிர, தமது சொந்தப் பிரச்னைகளாலும் நவாஸ் ஷெரீப் தலைவலிகளாலும் மிகவும் பாதிக்கப்பட்டிருந்த பேனசிருக்கு, இந்த விஷயத்தில் கவனம் செலுத்தக்கூட நேரமில்லை அப்போது.

ஓரிருமுறை அதிபர் குலாம் இஷாக் கானுடன் இதுகுறித்து பேசிப் பார்த்தார். இவ்விஷயத்தில் அதிபரின் கருத்து ராணுவத்துக்குச் சாதகமாகவே இருக்கும் என்று பட்டதால், மேற்கொண்டு ஏதும் பேசாமல் விட்டுவிட்டார்.

அன்று பேனசிர் உறுதியாக ஒரு முடிவெடுத்து ஏதாவது நடவடிக்கை எடுத்திருந்தால், இன்று காஷ்மீரில் ஓடும் ரத்தத்தின் அளவு ஓரளவு குறைந்திருக்கக்கூடும். ஆனால் செய்யவில்லை!

மூன்றாவதாக பேனசிர் செய்த தவறு பெரும் தவறு பாகிஸ்தானில் தலையெடுக்கத் தொடங்கிய, தஞ்சமடையத் தொடங்கிய போதைக் கடத்தல்காரர்களை அடக்காமல் விட்டது.

இதன் விளைவு, அந்நாட்டின் பொருளாதாரத்தையே அடியோடு நாசமாக்கியது துயரமான சரித்திரம்.

24. இரண்டு சக்திகள்

பேனசிர் புட்டோ, தம் முதல் ரவுண்ட் ஆட்சிக்காலத்தில் கவனிக்காமல் வளரவிட்ட முக்கியமான விஷ விதைகளுள் முதல் இரண்டை சென்ற அத்தியாயத்தில் பார்த்தோம். மூன்றாவது, போதைக் கடத்தல்.

இன்று கடத்தல் சாம்ராஜ்ஜியம் பரவாத, வேர்விடாத நாடு இல்லை. அது ஒரு பெரிய விஷயமாகக்கூட தெரியாமல் போகலாம். ஆனால், ஒருதேசத்தின் பொருளாதாரத்தையே அசைத்துப் பார்க்குமளவுக்கு அதற்குச் சக்தி உண்டு என்பதற்கு பாகிஸ்தான் சிறந்த உதாரணம். ஒருசில லத்தீன் அமெரிக்க நாடுகளிலும் ஆப்பிரிக்காவின் சில பகுதிகளிலும் மட்டும் கொடிகட்டிப் பறந்துகொண்டிருந்த போதை வியாபாரிகள், பேனசிர் காலத்தில்தான் பாகிஸ்தானை தமது 'வளர்ப்புத்தாய் நாடாக' ஆக்கிக்கொண்டார்கள். ராணுவ ஆட்சிக் காலத்தில் குறிப்பாக ஜியாவின் ஆட்சியின்போது, பாகிஸ்தான் பக்கம் எட்டிப் பார்க்கக்கூட அச்சப்பட்ட போதை வியாபாரிகள், பேனசிர் காலத்தில் அந்த ஊர் கொத்தவால்சாவடிகளில் கூவிக்கூவி விற்குமளவுக்கு குளிர்விட்டுப் போனார்கள்.

பேனசிரால் இவர்களை ஏதும் செய்யமுடியாமல் போனதற்குக் காரணம், அவரது அமைச்சரவையில் அடி முதல் நுனி வரை வேரோடிவிட்டிருந்த ஊழல்.

அரசுத் தரப்பு ஊழியர்கள் அத்தனை பேருக்கும் முதல் தேதியானால் ட்ரெஷரி சம்பளம் கொடுக்கிறதோ இல்லையோ, இந்த கடத்தல் கடவுள்கள் கரெக்டாகப் படியளந்துவிடுவார்கள்.

இது ஒருபுறமிருக்க, மும்பையைத் தலைமையிடமாகக் கொண்டு கடத்தல், கொலை, கொள்ளைகளில் ஈடுபட்டு வந்த தாவூத்

அவனது கூட்டாளிகள், எதிரிகள் உள்ளிட்ட இந்திய கிரிமினல்கள், பாகிஸ்தானிலிருந்து செயல்பட வாய்ப்புக் கிடைக்குமா என்று ஆழம் பார்த்துவந்தார்கள் அப்போது.

இந்தியாவுக்கு வெளியே இருக்க வேண்டும்; அதே சமயம் இந்தியாவில் தொடர்ந்து 'வேலை' பார்த்து வரவேண்டும். அதற்கு பாகிஸ்தானைவிடச் சிறந்த இடம் வேறில்லை அவர்களுக்கு.

ஐ.எஸ்.ஐ.யின் இந்திய ஏஜெண்ட்கள் மூலம் இதற்காக முயற்சி செய்துவந்த இந்த தாதாக்களையே இந்தியாவுக்கு எதிரான தம் துருப்புச்சீட்டுகளாகப் பயன்படுத்தலாமா என்று யோசித்தது பாகிஸ்தான் உளவுத்துறை.

இந்த விஷயத்தில் மட்டும் ஐ.எஸ்.ஐ.யும், ஐ.பி.யும் ஒரே மாதிரி யோசித்ததால், அரசுக்கு செவிசாய்ப்பதைத் தவிர வேறு வழியில்லாமல் போய்விட்டது.

எண்பதுகளின் இறுதியில் தாவூத் இப்ராஹிமும், அவனையொத்த வேறு பல இந்தியக் கடத்தல்காரர்களும் பாகிஸ்தானில் வேர்கொள்ள வழிபிறந்தது இப்படித்தான்.

ஒரு 'தம்' பிடித்தால் மும்பையை எட்டிப்பிடித்துவிடலாம் என்கிற சௌகரியத்துடன், கராச்சியில் கூடாரம் இட்டார்கள் இவர்கள்.

இந்தக் 'கூடாரத்தை' கொஞ்சம் கொஞ்சமாக 'கோட்டை'யாக்கிக் கொள்ள அவர்கள் கடைப்பிடித்த வழிமுறை மிகப் புராதனமானது. அதாவது, ஜனநாயகத்தின் திறந்துவைத்த கொல்லைப்புறக்கதவு! லோக்கல் அரசியல்வாதிகளைக் காக்காய் பிடிப்பதில் ஆரம்பித்து, பாராளுமன்ற உறுப்பினர்களுக்கு வேண்டிய சகாயம் செய்து தருவது வரை பணத்தை வாரி இறைத்து, நிரந்தர பாகிஸ்தான் விஸா பெற்றார்கள், முதலில்.

பிறகு தேர்தலில் நிற்பதற்கு, ஜெயிப்பதற்கு, தோற்பதற்கு, தோற்கடிப்பதற்கு என்று தொட்டதற்கெல்லாம் கோடிகளை வாரி இறைத்து, ஆட்சி அதிகாரத்தில் இருந்தவர்களை வளைத்துப் போட்டார்கள்.

தனிநபர் வருமானம் மிகக் குறைந்த அளவே உள்ள பாகிஸ்தானில், அரசியல்வாதிகள் மட்டும் எப்போதும் செல்வச் செழிப்புடன் வலம்வர முடிகிறதென்றால், அதற்குக் காரணம் இவர்கள்தான்!

ஆட்சியாளர்களின் தலையை விடாமல் ஒருபுறம் தடவிக் கொண்டே, மறுபுறம் தம் கடத்தல் வேலையில் இவர்கள் ஜரூராக இறங்கினார்கள். ஆப்கனில் பயிராகும் போதைப் பயிர்களை இந்தியா வழியாக, கீழ்த்திசை நாடுகள் முழுவதற்கும் விற்பனை செய்வது இவர்களது பிரதானமான உத்தியோகம். 'சைடு லோடா'க ஆயுதக் கடத்தல், மருந்துக் கடத்தல், தங்கக் கடத்தல் அனைத்தும் உண்டு.

இவை தவிர, இந்தியாவில் நாச வேலைகளுக்கு ஏற்பாடு செய்வது, ஐ.எஸ்.ஐ.க்கு உதவியாகச் செயல்படுவது, ரகசியங்களைக் கொண்டுசேர்ப்பது போன்ற உளவுத்துறைக்கு உபயோகமான காரியங்களையும் சளைக்காமல் செய்து வந்ததால், பாக். அரசால் இந்தக் கடத்தல்காரர்களை ஒன்றும் செய்ய இயலாமலாகிவிட்டது.

பேனசிர் காலத்தில் இந்தப் புண்ணிய காரியங்கள் சீரும் சிறப்புமாக முன்னெப்போதும் இல்லாத அளவுக்கு ஜரூராக நடந்தன என்பது உண்மை.

ஆனால், 'இவையெல்லாம் ஐ.எஸ்.ஐ.யின் தூண்டுதலால் நடக்கும் அட்டூழியங்கள்' என்று இந்தியா கழுதையாகக் கத்தியும், தவறிக்கூட ஒருமுறையும் பேனசிரை நேரடியாகக் குற்றம் சாட்டாததற்குக் காரணம் இருந்தது.

பாக். பிரதமருக்கும், ஐ.எஸ்.ஐ.க்கும் சரியான உறவு இல்லை; பேனசிர் ஐ.எஸ்.ஐ.யின் செயல்பாடுகளை வெறுக்கிறார். ஆனால், ஏதும் செய்யமுடியாத நிலையில் இருக்கிறார் என்று இந்தியா நம்பியது.

அதற்குத் தோதாக, முந்தைய ஆட்சியாளர்களைப் போலல்லாமல், பேனசிர் அநாவசியமாக இந்தியாவை வம்புக்கிழுக்கும் வேலைகளில் அப்போது இறங்கவில்லை.

சொல்லப்போனால், சுதந்தரம் அடைந்த இத்தனை ஆண்டுகளில், காஷ்மீர் ஓரளவேனும் அமைதியாக இருந்த காலம் பாகிஸ்தானில் பேனசிர் முதல்முறை பிரதமராக இருந்த அந்த ஒன்றரை ஆண்டுகள்தான்!

என்ன செய்வது? முன் குறிப்பிட்ட ஹைதராபாத் மாகாணக் கலவரங்கள் 1990, ஆகஸ்ட் 6 அன்று பேனசிரை வீட்டுக்கு

அனுப்பிவிட்டு, ஓரிரு மாத இடைவெளியில் நவாஸ் ஷெரீபைப் பிரதமராக்கிவிட்டன.

கணவர் சர்தாரி ஒரு சிறையில்; மனைவி பேனசிர் மறுசிறையில்.

அதிபர் குலாம் இஷாக் கானோ, 'பஞ்சாப் சிங்கம்' நவாஸ் ஷெரீபுக்குப் பதவிப் பிரமாணம் செய்து, பிரதமர் நாற்காலியில் உட்கார வைத்துவிட்டார்!

சமீபத்தில் சில ஆண்டுகள் முன்பு முஷரஃபால் நாடு கடத்தப்பட்டபோதுதான், நம்மவர்கள் நவாஸ் ஷெரீஃபை குளோசப்பில் பார்த்திருப்பார்கள். பால் வடியும் பரிதாப முகம் சிலருக்குப் பச்சாதாபத்தைக்கூட வரவழைத்திருக்கும்!

ஆனால், ஷெரீபின் நிஜ முகம் வேறு. பாகிஸ்தான் எல்லைக்குட்பட்ட பஞ்சாப் மாகாணத்தில் பிறந்து, புரண்டு, வளர்ந்து, வாழ்ந்த நவாஸ் ஷெரீப் பாகிஸ்தானின் முதல் தொழிற்சங்கத் தலைவர். தேசத்தையே குலைநடுங்கவைத்த பல வேலை நிறுத்தங்களைச் செய்து காட்டியவர். தொட்டதற்கெல்லாம் ரயிலை நிறுத்துவது அல்லது ரயில் பேரணி நடத்துவது அவரது ஸ்பெஷாலிடி!

எழுபதுகளில் பஞ்சாப் மாகாண அரசியலில் சித்து விளையாட்டுகள் ஆட ஆரம்பித்து, ஜியா காலத்தில் அவரது நம்பிக்கைக்குப் பாத்திரமாகி, நிதி அமைச்சராகவும் பணியாற்றியவர் (1981 - 85). 1985லிருந்து பஞ்சாபின் முதல்வர். நம்மூர் பாஷையில் சொல்வதென்றால், நிரந்தர முதல்வர்.

88ல் பேனசிர் தலையெடுத்தபோதுதான் நவாஸும் தேசிய அரசியலில் தீவிரமாக ஈடுபடத் தொடங்கினார். அந்தத் தேர்தலில் தோற்றாலும், அடுத்தத் தேர்தலில் ஆட்சி அமைக்கும் அளவுக்கு அவரது செல்வாக்கு மிகுந்திருந்தது என்றால் (இரண்டே வருடங்கள்!), எத்தனை வேகம், விவேகம், வெறி இருந்திருக்கும் என்று எண்ணிப் பாருங்கள்.

ஆட்சிக்கு வந்ததும் நவாஸ் செய்த முதல் காரியம், மக்களின் அடிப்படைத் தேவைகளை, அற்ப எதிர்பார்ப்புகளைப் பூர்த்தி செய்தது.

சின்னச் சின்ன விஷயங்களில் மக்களைத் திருப்தி செய்வதுதான், ஆட்சி நீடிக்க வழி வகுக்கும் என்பது நவாஸ் ஷெரீபின் பாலிஸி. ரோடெல்லாம் டாய்லெட், வீடெல்லாம் கோதுமை, ஊரெல்லாம் தண்ணீர் சப்ளை, நகரெல்லாம் தொலைபேசி என்று பார்த்துப் பார்த்துப் பணியாற்ற ஆரம்பித்தார் நவாஸ்.

ஆனால், 1990ல் திடீரென்று மையம் கொண்ட வளைகுடா யுத்தம், நவாஸுக்கு எமனாக வந்து சேர்ந்தது.

ஞாபகமிருக்கிறதல்லவா? அமெரிக்காவுக்கும், ஈராக்குக்கும் நடந்த யுத்தம்.

பேனசிருக்குப் பிறகு ஷெரீபுக்கு முன்பு பாகிஸ்தானில் சிலகாலம் செயலாற்றிய இடைக்கால அரசு, வளைகுடா யுத்தத்தில் ஈராக்குக்கு எதிரான நிலையை எடுத்து, 11,000 துருப்புகளை ஈராக்குக்கு அனுப்பியது.

நேரடியாக யுத்தத்தில் பங்கெடுக்காவிட்டாலும், ஈராக்கிலுள்ள இஸ்லாமியப் புனிதத் தலங்களைப் பாதுகாப்பதற்காக அனுப்பியதாக அந்த அரசு அறிவித்தது.

பிறகு ஆட்சிக்கு வந்த நவாஸோ, மனத்தளவில் ஈராக் ஆதரவாளர்! அனுப்பிய படையை திரும்பப் பெற்றால் அமெரிக்கா கோபித்துக்கொள்ளும் என்பது ஒருபக்கமிருக்க, உள்ளூரிலேயே அதனை மற்றவர்கள் ஆதரிப்பார்களா என்கிற சந்தேகம் இருந்தது, அவருக்கு.

ஆனால், நவாஸின் கவலைக்கு நேர்மாறாக ஈராக் ஆதரவு நிலையை எடுக்காத அரசியல் கட்சியே இல்லை என்னுமளவுக்குப் பாகிஸ்தானில் அப்போது மிகக் கொந்தளிப்பான ஒரு சூழ்நிலை நிலவ ஆரம்பித்தது.

25. மண்ணோடு மண்ணாக

மத அடிப்படையில் ஈராக்கும் பாகிஸ்தானும் ஒரே கட்சி. ஆனால், வளைகுடா யுத்தத்தில் அமெரிக்காவை ஆதரிக்காவிட்டால், பொருளாதார ரீதியில் பாகிஸ்தான் பயங்கரமான பின்விளைவுகளைச்சந்தித்தாக வேண்டியிருக்கும்! அமெரிக்காவை ஆதரிக்காவிட்டாலும் பாதகமில்லை; ஈராக்கை ஆதரித்துவிட்டால் கதை கந்தல்தான்.

என்ன செய்வது என்று புரியாமல் தவித்தார் நவாஸ். வெளியுறவு விஷயத்தில் அவர் சற்று வீக். போதாக்குறைக்கு ராணுவத் தளபதி அஸ்லாம் பேக்குடன் தகராறு.

இவையெல்லாம் ஒருபுறம் அவரது அரசியல் செல்வாக்கைப் பின்தள்ளிக் கொண்டிருக்க, இன்னொருபுறம் பஞ்சாப் தேசிய கூட்டுறவு வங்கியில் நடந்த பல மில்லியன் டாலர் ஊழல் வழக்கிலும் அவர் பெயர் கந்தலாகத் தொடங்கியது. அதிபர் குலாம் இஷாக் கானுக்கு நவாஸின் நடவடிக்கைகள் பிடிக்கவில்லை.

ஆகவே, ஆட்சியைக் கலைத்தார். இது நடந்தது ஏப்ரல் 93ல். ஆனால், தன்னைப் பதவி நீக்கியது செல்லாது என்று நவாஸ் கோர்ட்டுக்குப் போய் ஜெயித்து, அடுத்த மாதமே மீண்டும் ஆட்சிக்கு வந்துவிட்டார்!

ஆனால், அடுத்த இரு மாதங்களுக்கு மேல் அவரால் தாக்குப்பிடிக்க முடியவில்லை. இம்முறை ராணுவமே தலையிட்டு, அவருடன் அதிபரையும் சேர்த்து பதவி நீக்கம் செய்துவிட்டது!

மொயின் குரேஷி என்பவர் கொஞ்சநாள் பிரதமராக இருந்தார். அடுத்த தேர்தலில் மீண்டும் பேனசிர் ஜெயித்தார். மூன்று

வருஷங்களுக்குப் பிறகு மீரஜ் காலித் என்பவர் மூன்று மாதப் பிரதமராக இருந்தார். பிப்ரவரி 97ல் நவாஸ் மீண்டும் பிரதமரானார்...

குறிப்பிடத்தகுந்த அரசியல் நிகழ்வுகள் ஏதுமில்லாமலேயே பாகிஸ்தானில் ஏழெட்டு வருஷங்களுக்குள் இத்தனை ஆட்சி மாற்றங்கள்.

அதாவது, ஜனநாயகத்துக்கு அம்மக்கள் கொடுத்த விலை!

சொல்லப்போனால், பேனசிரைக்காட்டிலும் நவாஸுக்கு அரசியல் முதிர்ச்சி இருந்தது. மக்களுக்கு எது பிடிக்கும், எதைச் செய்தால் கவரலாம் என்பதை நன்கு அறிந்தவர். இல்லாவிட்டால், பேனசிரின் ஊழல்களை மன்னிக்க மறுத்த மக்கள், நவாஸின் ஊழல்களை மறந்து மூன்று முறை பிரதமராக்குவார்களா?

97 தேர்தலுக்குப் பிறகு ஆட்சிக்கு வந்த நவாஸ், இன்றளவும் பாகிஸ்தானின் உறுதியான பிரதமராக நீடித்திருக்க முடியும்! (அந்தத் தேர்தலில் பேனசிரின் கட்சி இருந்த இடமே தெரியாத அளவுக்கு பின்தங்கிவிட்டிருந்தது).

நல்ல மெஜாரிட்டியுடன் ஆட்சிக்கு வந்த நவாஸ் ஷெரீப், ஏன் அப்படியொரு ராணுவ நடவடிக்கைக்கு உட்படவேண்டிய நிலைக்குத் தள்ளப்பட்டார்? என்ன ஆயிற்று? எங்கே சறுக்கினார்?

ஒரே பதில்தான்!

நவாஸ் ஒரு பழுத்த அரசியல்வாதியே தவிர, சிறந்த ராஜதந்திரி அல்ல! மூன்றாவது முறை ஆட்சிப் பொறுப்புக்கு வந்ததும், அடுத்தடுத்து அவர் செய்த ஒவ்வொரு காரியங்களும் இதைத்தான் லவுட் ஸ்பீக்கர் வைத்து அறிவித்தன.

இரண்டு மிக முக்கியமான விஷயங்களில் நவாஸ் முன்யோசனையின்றி செயல்பட்டு சறுக்கியதுதான் அவரது அரசியல் வாழ்வை அழித்து மண்ணோடு மண்ணாக்கிவிட்டது.

முதலாவது, ராணுவத் தளபதியாக முஷாரஃப்பை நியமித்தது. அடுத்தது, ஐ.எஸ்.ஐ.யின் தலைவராக லெப். ஜெனரல் ஜியாவுதீனை அமர்த்தியது.

சீனியாரிட்டிபடி முஷாரஃப், தளபதி போஸ்ட்டுக்கு தகுதியானவரில்லை. அவரைவிட ஜியாவுதீன் மூத்தவர், அனுபவசாலி. ஆனால், மொஹாஜிர் இன மக்களைக் கவரவேண்டும் என்ற ஒரே காரணத்துக்காக(பஞ்சாபியான நவாஸை மொஹாஜிர்களுக்குப் பிடிக்காது. இரு இனமும் எப்போதும் தகராறு பண்ணிக்கொண்டே இருக்கும்) மொஹாஜிரான முஷாரஃபை ராணுவத் தளபதியாக்கினார் நவாஸ். ஜியாவுதீன் கோபித்துக்கொள்ளக் கூடாதே என்பதற்காக, ஐ.எஸ்.ஐ. தலைமைப் பொறுப்பை அவருக்குத் தந்தார்.

இத்தனை யோசித்தவர், ஒன்றை மறந்துவிட்டார். ராணுவத் தளபதி பதவியை முஷாரஃபுக்குக் கொடுத்தது மூலம், மொஹாஜிர்கள் சற்று சந்தோஷப்படலாம். ஆனால், பதவி கிடைத்த மொஹாஜிரான முஷாரஃப், தம் நூற்றாண்டுகாலப் பகைக்குப் பழிவாங்க அதை ஒரு வாய்ப்பாக ஏன் பயன்படுத்திக்கொள்ள மாட்டார்?

நவாஸ் அதுபற்றி கவலைப்படவில்லை. மாறாக, பதவி கொடுத்ததற்காக முஷாரஃப் தனக்கு நன்றியுடன் நடந்துகொள்வார் என்று எதிர்பார்த்தார். முஷாரஃபின் தொடக்ககால நடவடிக்கைகளும் அவரது நம்பிக்கைக்கு ஏற்பவே இருந்தன. ஆனால், பதவி ஏற்ற மூன்றே வாரங்களில் முஷாரஃபின் சுயரூபம் வெளிப்பட ஆரம்பித்துவிட்டதை நவாஸ் கவனிக்கத் தவறிவிட்டார்.

தனக்கடுத்த துணைத் தளபதி பதவிக்கு லெப்.ஜெனரல் மொஹம்மது ஆஸிஸ் என்பவரையும், கமாண்டர் பதவிக்கு மங்லா என்பவரையும் பிரதமருக்கு அறிவிக்காமல், தானே நியமித்தார் முஷாரஃப். இருவரும் முஷாரஃபின் அடிப்பொடிகள்.

இதெல்லாம் ராணுவ உள்விவகாரங்கள் என்று சாதாரணமாகவே எடுத்துக்கொண்ட நவாஸுக்கு, அடுத்த அடியை படுபயங்கர ராஜதந்திரத்துடன் அளித்தார் முஷாரஃப்.

பாக். ராணுவத்திலிருந்த பஞ்சாப் பிரிவு வீரர்களுடன் மிக நெருக்கமாகப் பழக ஆரம்பித்த முஷாரஃப், ஒரு சில மாதங்களில் அந்த பெரிய படைப்பிரிவை, முழுவதுமாக தம் விசுவாசிகளாக ஆக்கிக்கொண்டார்.

தம் இனத்தவரான பிரதமருக்கு வேண்டிய தளபதி, தம்மிடம் இத்தனை அன்பாகப் பழகுகிறாரே என்கிற பெருமிதம், பஞ்சாப் வீரர்களுக்கு.

ஆனால், முஷாரஃப் ஒரு பஞ்சாபியான பிரதமரைப் பழிவாங்க அவரது மாகாண வீரர்களையே ஆயுதமாகத் தயாரித்துக்கொண்டிருக்கிறார் என்ற விஷயம் அவர்களுக்குத் தெரியாது.

கார்கிலில் ஆப்கன் கூலிப்படைகளை ஊடுருவவிட்டு, அவர்களுக்குத் துணையாக முதல்முதலில் முஷாரஃப் அனுப்பியது அந்த பஞ்சாப் ரெஜிமெண்ட் கம்பெனியைத்தான்! ஊடுருவல் நடந்து போர் தொடங்கும்வரை, விஷயம் நவாஸுக்குத் தெரியாது.

இது அவமானமல்லவா? ஒரு பிரதமரின் அனுமதியைப் பெறாமல், ராணுவத் தளபதி போரைத் தொடங்குவது, தேசிய அசிங்கம் அல்லவா?

ஒரு சாமானிய மனிதன் படக்கூடிய தவிப்பு அல்ல அது! அவமானத்தாலும், கையாலாகாத்தனத்தாலும் கூனிக் குறுகிப் போய்விட்டார் நவாஸ்.

அவரது யானை பலம், டோட்டல் மெஜாரிட்டி எதுவும் அப்போது உதவவில்லை. காரணம், தளபதி முஷாரஃப் துணிந்து காஷ்மீருக்காக மீண்டும் ஒரு யுத்தம் தொடங்கியிருக்கிறார் என்ற செய்தி கசிந்து, தேசம் முழுவதும் மக்களிடையே ஓர் எழுச்சியை ஏற்படுத்திவிட்டது. ஒரே இரவில் முஷாரஃப் ஹீரோவாகிவிட்டார், பாகிஸ்தானில்.

ஆகவே, நவாஸுக்கும் வேறு வழியில்லாமல், முஷாரஃபை பாராட்டவும், ஆதரிக்கவும் வேண்டியதாகிவிட்டது.

கார்கில் யுத்தத்தின் சூத்திரதாரி பர்வேஸ் முஷாரஃப்தான். அந்த முயற்சியில் அவரது நோக்கம் ஒன்று மட்டுமே.

யுத்தத்தில் தோற்றால், நவாஸ் பதவி விலகும் கட்டாயம் தன்னால் ஏற்பட்டுவிடும். ஒருவேளை ஜெயித்தாலும் அதையே காரணம் காட்டி, யுத்தத்துக்குச் சம்பந்தமே படாத பிரதமரை பதவி நீக்கிவிடலாம்!

இப்படியொரு குயுக்தியுடன்தான் களமிறங்கினார் முஷாரஃப்.

அவரது ஆளுமை சாமானியமானதல்ல. மிடுக்கான பேச்சு, செயல், சிந்தனையின் மொத்த உரிமையாளராக இருந்தார் முஷாரஃப்.

டெல்லியில் பிறந்து (1943), கராச்சியில் வளர்ந்து, தமது ஆறாவது வயதில் குடும்பச் சூழ்நிலை காரணமாக துருக்கி சென்று, தங்கிப் படிக்க ஆரம்பித்தவர் முஷாரஃப். 1956 வரை துருக்கிவாசம் என்பதால் ஹிந்தி, உருது தவிர, துருக்கி மொழியும் அவருக்குக் கைவந்துவிட்டது.

1961ல் முஷாரஃப் பாக். ராணுவ அகடமியில் சேர்ந்தபோது, அவரது ரோல் மாடல் அயூப்கான். 65, 71 யுத்தங்களில் குறிப்பிடத்தகுந்த சாதனைகள் புரிந்து, படிப்படியாக ராணுவ உயர் பதவிகளை அடைந்தவர். ஸ்குவாஷ், கோல்ஃப், பாட்மிண்டன் தவிர, சாகச நீர் விளையாட்டுகளில் அபார தேர்ச்சி மிக்கவர். பெரிய படிப்பாளியும்கூட.

இத்தனை இருந்தும் இனப்பற்று அல்லது இனவெறிதான் அவரை நவாஸுக்கு எதிராகச் செயல்பட வைத்தது என்பது விநோதமான உண்மை.

பிப்ரவரி 21, 1999ம் வருடம் அது ஆரம்பமானது. பாகிஸ்தான் பிரதமர் நவாஸ் ஷெரீஃபுக்கும் இந்தியப் பிரதமர் அடல் பிஹாரி வாஜ்பாய்க்கும் இடையேயான லாகூர் ஒப்பந்தம் அரங்கேறிய தினம் அது.

இரு தேசங்களிலும் கூடியிருந்த பதற்றத்தைத் தணிக்கும்விதமான சாரம் அடங்கிய ஏழு அம்ச ஒப்பந்தம் அது. காஷ்மீர் உள்ளிட்ட பல்வேறு பிரச்னைகளுக்கு அரசியல் தீர்வு காண முயற்சி செய்வது, ஒருவர் அடுத்த நாட்டு உள்விவகாரங்களில் தலையிடாமல் இருப்பது, இருதரப்பு நிலைமையும் ஆராய, கூடிய சீக்கிரம் அதிகாரிகள் மட்டத்தில் பேச்சுவார்த்தை தொடங்குவது, சார்க் மாநாட்டுத் தீர்மானங்களை அமுல்படுத்துவது, எல்லைதாண்டிய பயங்கரவாதத்தைத் தடுக்க முயற்சிகள் மேற்கொள்வது, மனித உரிமையைப் பாதுகாப்பது ஆகியவை பற்றிய தீர்மானங்கள் அடங்கிய லாகூர் ஒப்பந்தத்தில் கையெழுத்திட வாஜ்பாய் புறப்பட்டிருந்த சமயம். அட்டகாசமான ஒரு பஸ் பிரயாணம் அது.

சர்வதேச மீடியா முழுவதும் அப்போது வாஜ்பாயைத்தான் பார்த்துக்கொண்டிருந்தது.

அந்தச் சந்தர்ப்பத்தைத்தான் முஷாரஃப் தனக்குச் சாதகமாகப் பயன்படுத்திக்கொள்ள முடிவு செய்தார். அப்போது அவர் லாகூரில் இல்லை. வேண்டுமென்றே பலகாத தூரம் கடந்துபோய் எங்கோ ஒரு மலை முகட்டில் உட்கார்ந்துகொண்டு, லாகூர் ஒப்பந்தத்தை பாகிஸ்தான் ராணுவம் ஏற்காது என்று அறிவித்தார்.

அதுவரை முஷாரஃபை கவனிக்காதிருந்த உலகம் அப்போதுதான் தன் பார்வையை அவர் இருந்த திக்கில் செலுத்தியது. துரதிருஷ்டவசமாக முஷாரஃப் அப்போது ஒரு சாத்தானின் அவதாரத்தை எடுத்திருந்தார்!

இந்திய எல்லையில் முகாம் அடித்து உட்கார்ந்துகொண்டு, நைஸாக கூலிப்படைகளை எல்லைக் கட்டுப்பாட்டுக் கோட்டைத் தாண்டி ஊடுருவவிட்டுக்கொண்டிருந்ததும் அப்போதுதான் தெரியவந்தது. இதில்விசித்திரம்என்னவெனில்,உண்மையிலேயேபாகிஸ்தானின் பிரதமரான நவாஸ் ஷெரீஃபுக்கும் அந்த விஷயம் அப்போதுதான் தெரியும் என்பது!

அதுமட்டுமல்ல. ராணுவம் தன் கட்டுப்பாட்டை மீறத் தொடங்கிவிட்டது என்பதும் அவருக்கு அப்போது தெரிந்துவிட்டது. ஆனால் மிகவும் தர்மசங்கடமான நிலைமை. ராணுவத் தளபதி, தனக்குத் தெரியாமல் இந்தக் காரியத்தைச் செய்தார் என்று சொன்னாலும் அவமானம்; தெரிந்தேதான் செய்தார் என்றும் சொல்லமுடியாது! ஒரு பக்கம் இந்தியப் பிரதமரைக் கூப்பிட்டுக் குலாவிக்கொண்டு, இன்னொரு பக்கம் கார்கிலை நோக்கிக் கூலிப்படை பரேடு நடத்தினார் என்றால், உலகம் வழித்துக்கொண்டு சிரிக்குமல்லவா? சீறிப் பொங்கிக் குமுறுமல்லவா?

ஆகவே, இரண்டுவிதமாகவும் கருத்து சொல்ல முடியாமல், திண்டாடித் தெருவில் நின்றார் நவாஸ் ஷெரீஃப். இன்னது சொல்லலாம் அல்லது செய்யலாம் என்று அவர் யோசித்து ஒரு முடிவுக்கு வரும் முன்னதாக ஏப்ரல் முதல் வாரத்தில் பாகிஸ்தான் ராணுவமும் துணை ராணுவப்படையும் லஷ்கர் ஈ தொய்பா

உள்ளிட்ட தீவிரவாதக் குழுவின் உறுப்பினர்கள் அடங்கிய கூலிப்படையும், 1A என்று இலக்கமிடப்பட்ட கார்கில் தேசிய நெடுஞ்சாலையை ஆக்கிரமித்திருந்தார்கள்.

இந்த நெடுஞ்சாலை மிக முக்கியமான பிரதேசம். இதன்மூலம்தான் இந்திய ராணுவம் சியாச்சின் சிகரங்களுக்கு ஆட்களையோ, தகவலையோ, வேறெதையோ கொண்டு போக முடியும். ஆள் நடமாட்டமே இல்லாத அந்த மிக உயர்ந்த இடத்திலான சாலையில், ரகசியமாக ஊடுருவிப் பரவி நின்றுகொண்ட பாகிஸ்தான் ராணுவமும் கூலிப்படையும், அங்கிருந்து மெல்லமெல்ல ஒவ்வொரு பகுதியாக ஆக்கிரமித்துக்கொண்டே போகத் திட்டமிட்டு இருந்தது.

ஆரம்பத்தில் சற்றுக் கலங்கித் தடுமாறினாலும், கார்கில் யுத்தத்தில் இந்திய வீரர்கள் காட்டிய வீரமும் அடைந்த வெற்றியும் நாடறியும். ஆனால் சற்றும் எதிர்பாராத ஒரு விஷயமும் அந்த காலகட்டத்தில் நடந்தது.

உலகமே அப்போது பாகிஸ்தானை கண்டிக்கத் தொடங்கியபோது, ஒரு பாதுகாப்பு வேண்டி அவசர அவசரமாக அமெரிக்காவுக்கு ஓடினார் நவாஸ் ஷெரீஃப். அமெரிக்கா மட்டும் தனக்கு அளித்துக்கொண்டிருந்த ஆதரவைத் தொடருவது உறுதி என்றாகிவிட்டால், அப்புறம் என்ன நடந்தாலும் பிரச்னையில்லை என்பது அவர் எண்ணம். ஏனென்றால், எதுபோனாலும் மானம் போகக்கூடாதல்லவா?

ஆனால் சற்றும் எதிர்பாராதவிதமாக, அப்போதைய அமெரிக்க அதிபர் பில் கிளிண்டன், நவாஸிடம் கார்கில் ஊடுருவல் பற்றிய தன் கவலையையும் கடும் கண்டனத்தையும் தெரிவித்து, அவரை ஒழுங்கு மரியாதையாக ஊர் போய் சேரச் சொல்லி திருப்பி அனுப்பினார்! கார்கில் விஷயத்தில் முழுத்தவறும் பாகிஸ்தான் மீதுதான் என்று கிளிண்டன் அழுத்தந்திருத்தமாக எடுத்துச் சொன்னது நவாஸுக்குப் புரிந்தாலும், பாகிஸ்தான் ராணுவம் புரிந்துகொள்ளுகிற நிலையில் இல்லை.

ஏனெனில் யுத்தத்தில் தோற்றாலும் ஜெயித்தாலும் நவாஸை வீட்டுக்கு அனுப்புவது ஒன்றுதான் அப்போது முஷாரஃபின்

ஒரே நோக்கம். முஷாரஃபின் நோக்கம்தான் பாக். ராணுவத்தின் நோக்கமும்.

ஆனால் அமெரிக்க அதிபர் வெறும் அட்வைஸாகச் சொல்லாமல், ஒழுங்குமரியாதையாக உன் ராணுவத்தை வாபஸ் வாங்காவிட்டால் விபரீதம் நேரிடும் என்று கொஞ்சம் மிரட்டலாகவே எச்சரித்திருந்ததால், முஷாரஃபுக்கும் வேறு வழியில்லாமல் போனது.

மிகப் பெரிய பொருள் இழப்புகளுக்கும் உயிர்ப் பலிக்கும் பிறகுதான் கார்கில் யுத்தம் ஒரு முடிவுக்கு வந்தது. இந்திய வீரர்களின் வீரமும் விவேகமும் தேசப்பற்றும் எத்தகையது என்பது உலகுக்கு மற்றொருமுறை தெரியவந்த சந்தர்ப்பம் அது. அதே சமயம், நவாஸ் ஷெரீஃபின் நாள்கள் எண்ணப்படுவதும் தெரியவந்தது. ஒரு பிரதமருக்கும் ராணுவத்தளபதிக்கும் உரசல் என்று வந்தால் தேசம் என்ன ஆகும் என்று விவரிக்கவே முடியாது. உண்மையில் பாகிஸ்தான் மக்கள் மனத்துக்குள் பயந்து செத்துக்கொண்டிருந்த காலகட்டம் அது. கார்கிலில் பாகிஸ்தான் பெற்ற தோல்வி உண்டாக்கிய வெறுப்பும் அவர்களுக்கு இருந்தது. ராணுவத்தளபதி முஷாரஃப் ஆண்மையுடன் போர்க்களம் சென்றதாகவும், பிரதமர் நவாஸ் ஷெரீஃப்தான் பயந்துகொண்டு போரிலிருந்து பின்வாங்கச் செய்ததாகவும் திட்டமிட்டுப் பரப்பப்பட்ட பிரசாரத்தை, அவர்கள் அப்படியே நம்பினார்கள்.

விளைவு, மக்கள் மத்தியில் நவாஸின் செல்வாக்கு அடிமாட்டு விலைக்குச் சரிந்துபோனது. ராணுவம் தன்னை வீட்டுக்கு அனுப்பாவிட்டாலும் மக்களே அனுப்பிவிடுவார்கள் என்பது நவாஸுக்குத் தெரிந்துவிட்டது. அவர் தாமாகவே முன்வந்து பதவி விலகியிருக்கலாம்.

ஆனால் சற்றும் எதிர்பார்க்கமுடியாத ஒரு காரியத்தைச் செய்துவைத்தார். அப்போது முஷாரஃப், இலங்கைக்கு ஒரு ராணுவ நிகழ்ச்சியில் கலந்துகொள்ளுவதன் பொருட்டு அரசுமுறை சுற்றுப்பயணம் மேற்கொண்டிருந்தார். அவர் திரும்பி வருவதற்குள் ஏதாவது செய்துவிடவேண்டும் என்கிற அவசரத்தில், யாரிடமும் சொல்லாமல் தன்னிச்சையாக ராணுவத் தளபதி பதவியிலிருந்து முஷாரஃபை நீக்குவதாக அறிவித்துவிட்டு, அப்போது

ஐ.எஸ்.ஐ.யின் டைரக்டர் ஜெனரலாக இருந்த க்வாஜா ஜியாவுதீன் என்பவரை ராணுவத் தளபதியாக்கி விட்டார் ஷெரீப்.

இந்த அறிவிப்பு வெளியான மூன்றாவது நிமிடமே விஷயம் முஷாரஃபை எட்டிவிட்டது. ராணுவ வீரர்களிடையே அவருக்கு இருந்த செல்வாக்கு அப்படிப்பட்டது.

முஷாரஃப் பதறவில்லை. மாறாக, இலங்கையில் இருந்தபடியே பாகிஸ்தானில் ராணுவ உயரதிகாரிகள் சிலருக்கு ரகசிய உத்தரவுகள் பிறப்பித்தார். 'நீங்கள் வேலையை ஆரம்பியுங்கள், இதோ வருகிறேன்' என்று சொல்லிவிட்டு அடுத்த விமானம் பிடித்து இஸ்லாமாபாத் வந்திறங்கினார்.

அன்று அக்டோபர் 12, 1999. முஸஃபர் உஸ்மானி, அஸிஸ், மெஹ்மூத் அஹமது என்கிற மூன்று அதிகாரிகள் முஷாரஃபின் நம்பிக்கைக்குரிய அதிகாரிகள். முன்னதாக பிரதமர் நவாஸ் ஷெரீஃபின் அலுவலகத்துக்குப் போய் முற்றுகையிட்டிருந்தார்கள், சில ராணுவ வீரர்களுடன். ப்ரிகேடியர் ஜெனரல் சலாலுதீன் சட்டி என்பவர் தீட்டிக்கொடுத்த திட்டம் அது. ஒரு மணிநேரம்கூட இல்லை. அதற்கும் குறைவான அவகாசத்தில் நவாஸ் ஷெரீஃப், ராணுவத்தினரால் பதவியகற்றப்பட்டு, ராணுவக் காவலுக்குக் கொண்டுவரப்பட்டார். மிக சிம்பிளாக நடந்த புரட்சி அது!

முஷாரஃப் இலங்கையிலிருந்து வந்திறங்கினார். நேரே போய் பொறுப்புகளை எடுத்துத் தன் தொப்பிக்குள் போட்டுக்கொண்டார். பாகிஸ்தானின் தலைமை ஆட்சியாளராக (CEO) பிரகடனம் செய்துகொண்டார். நவாஸ் ஷெரீஃப் மீது பல வழக்குகள் தொடரப்பட்டு இறுதியில் மன்னிப்பளித்து, சவுதி அரேபியாவுக்கு நாடு கடத்தப்பட்டார்.

மீண்டும் பாகிஸ்தானில் ஜனநாயகம் ஒரு புதைபொருள் ஆகிப்போனது.

26. அதிரடி ஆட்டங்கள்

புரட்சிக்குப்பிறகுதன்னுடையநடவடிக்கைகள்ஒவ்வொன்றையும் மிகக் கவனமாகவே திட்டமிட்டு வந்தார் முஷரஃப். ஓரிடத்தில்கூட பாகிஸ்தானில் நடந்ததை ராணுவப் புரட்சி என்று அவர் சொல்லவில்லை. ஒரு சுத்தமான ஜனநாயக ஆட்சிக்கு தேசத்தைத் தயார்ப்படுத்த ராணுவம் உதவியிருக்கிறது. அவ்வளவுதான். எனில், நடப்பது என்ன? வரப்போகிற ஜனநாயகத்துக்குக் கட்டியம் கூறும் ஆட்சி. அப்படித்தான் அவர் சொன்னார்.

தலைமை நிர்வாக அதிகாரியாகத் தனக்குத்தானே முடி சூட்டிக்கொண்டு பாகிஸ்தானை முஷரஃப் ஆளத்தொடங்கியதும் மூன்று விஷயங்களில் மிகுந்த தீவிரம் காட்டினார். யாரும் மறுக்கமுடியாத தீவிரம் அது.

1. பொருளாதாரச் சீர்திருத்தம். வர்த்தகங்களை ஒழுங்குபடுத்தும் நடவடிக்கைகள். வங்கிகளின் செயல்பாட்டில் ஒழுக்கத்தைப் புகுத்தியது. வாராக்கடன்களைத் துப்பாக்கி முனையிலாவது வசூலித்துவிடவேண்டுமென்று சொன்னது. கணிசமாக வசூலும் ஆனது. விவசாயம் தொடர்பான ஆராய்ச்சிகளுக்கு நிதியும் நேரமும் ஒதுக்கியது. நீராதாரங்களைப் பயனுள்ள வகையில் செலவிட, தனியே ஆய்வுக்குழுக்கள் அமைத்து வேலையைத் துரிதப்படுத்தியது.

2. வறுமைஒழிப்பு.எளியசுயதொழில்கள்பலபாகிஸ்தானில்பெருகத் தொடங்கியது முஷரஃபின் ஆட்சியில்தான். கொஞ்சம் போல் படித்துவிட்டு உடம்பை ஒழுங்காக வைத்துக்கொண்டிருக்கும் யார் விரும்பினாலும் ராணுவத்தில் உடனே வேலை கிடைத்தது.

அந்நிய முதலீடுகளுக்கு அழைப்பு விடுத்து உள்நாட்டு வேலை வாய்ப்புகளை அதிகரிக்க நடவடிக்கை எடுத்தது.

3.கல்வி. பாகிஸ்தானில்எழுதப்படிக்கத்தெரிந்தவர்களின்இன்றைய சதவீதம் 54. இது முந்தைய நவாஸ் ஷெரீஃப் ஆட்சிக்காலத்தில் இருந்ததைக் காட்டிலும் ஒன்பது சதவீத வளர்ச்சியைக் காட்டுகிறது. பிள்ளைகளைப் படிக்க அனுப்புங்கள் என்று ராணுவ வீரர்களே கிராமப்புறங்களில் வீடு வீடாகப் போய்க் கேட்ட காட்சிகள் முஷரஃப் ஆட்சிக்கு வந்த புதிதில் காணக்கிடைத்தன.

2001, ஜூலை 14ம் தேதி இந்தியாவுடன் ஓர் அமைதிப் பேச்சுவார்த்தைக்கு ஏற்பாடு செய்யப்பட்டது. நினைவிருக்கக்கூடும். ஆக்ரா சந்திப்பு. இந்தியத் தரப்பில் பேசுவதற்கு வாஜ்பாய் இருந்தார். அத்வானி இருந்தார். விமான நிலையத்தில் வரவேற்பதற்கு ஜனாதிபதி கே.ஆர். நாராயணனும் அவரது மனைவி உஷா நாராயணனும் தயார். ஒரு மாறுதலுக்கு விருந்தளிக்க அப்போதைய எதிர்க்கட்சித் தலைவர் சோனியா காந்தியும் தயார்.

ஆனால் முஷரஃப் எப்படி வரப்போகிறார்? பேச்சுவார்த்தை யாருக்கும் யாருக்குமிடையே நடைபெறப்போகிறது? ஒரு பிரதமருக்கும் ஒரு ராணுவ ஆட்சியாளருக்குமா?

இந்தியா எதை எதிர்பார்ப்பது என்று தெரியாமல் காத்திருந்த வேளையில் முஷரஃபின் முதல் ஜனநாயக நடவடிக்கை அங்கே அரங்கேறியது. இனி நான் சி.இ.ஓ. இல்லை. அதிபர். பாகிஸ்தானின் அதிபர்.

ஜெனரல் முஷரஃப், அதிபர் முஷரஃபாக இந்தியாவுக்கு வந்தார். கைகுலுக்கல்கள். விருந்து உபசரிப்புகள். கண்ணீர் மல்கும் பழைய நினைவுகள். பேச்சுவார்த்தை மட்டும் தோல்வி. அது பிரச்னை இல்லை. கதவு திறந்தேதான் எப்போதும் இருக்கும். நானும் வருகிறேன். நீங்களும் வாருங்கள். திரும்பவும் பேசுவோம். நல்லுறவு வளர்க்கலாம்.

ஊருக்குத் திரும்பியதும் தேர்தல் தேதி பயமுறுத்த ஆரம்பித்தது. அக்டோபர் 12, 2002. அதிக அவகாசமில்லை. ஏதாவது செய்தாகவேண்டும். ஆனால் என்ன செய்வது?

இரண்டு காரியங்களில் முஷரஃப் மிகத் தீவிரமாக இறங்கினார். முதலாவது, தான் அதிபர் பதவி ஏற்றதைச் சட்டபூர்வமாக்க வேண்டும். இரண்டாவது, தேர்தல் என்று இறங்கிவிடும்பட்சத்தில் தன் சாதகத்துக்கு ஒரு கட்சி அவசியம். நான் அரசியல்வாதி இல்லை. ஆனால் என்னை ஆதரிக்க ஒரு கட்சி அவசியம் என்பது இதற்கு அர்த்தம்.

நாடாளுமன்றத்தில் மசோதா ஒன்றைக் கொண்டுவந்தார். ஜெனரல் பர்வேஸ் முஷரஃப் பாகிஸ்தானின் அதிபராகப் பொறுப்பேற்றது சட்டத்துக்கு உட்பட்டதுதான். நாங்கள் இதனை அங்கீகரிக்கிறோம். எங்கே, ஒப்புக்கொண்டு வோட்டுப்போடுங்கள் பார்க்கலாம்?

மாட்டேன் என்று எதிர்க்கட்சிக்காரர்கள் சொல்லிவிட்டார்கள். பேனசிரின் பாகிஸ்தான் மக்கள் கட்சியும் நவாஸ் ஷெரீஃபின் பாகிஸ்தான் முஸ்லிம் லீகும் இவற்றில் முக்கியமானவை. முஷரஃபால் சில துக்கடாக்களை வளைத்துவிட முடிந்தது. ஆனால் மெஜாரிடி பலம் இந்த இரண்டு பேரிடம்தான் இருந்தது. நீடித்த ஜனநாயகத்தின் புதிய நூற்றாண்டுக் காவலர்கள்.

வேறு வழியில்லை. முஷரஃப், ராணுவத்திடமும் உளவுத்துறையிடமும் கலந்து பேசினார். நவாஸின் கட்சியை உடைத்துவிடுங்கள். நமக்குச் சாதகமாக ஒரு கட்சி வேண்டும். காலத்தின் கட்டாயம் அது.

அப்போது பிறந்ததுதான் (PML - Q). பாகிஸ்தான் முஸ்லிம் லீக் காய்தே அஜம் பிரிவு என்று பொருள். அடக்கடவுளே! காய்தே அஜம் ஜின்னா எதற்காக வந்தார்? என்றால், எம்.ஜி.ஆர். தனிக்கட்சி தொடங்கியபோது அதன் பெயரில் அண்ணா எதற்கு வந்தாரோ, அதற்காகத்தான்!

அதிபர் பதவியில் அவர் அமர்ந்ததை ஒப்புக்கொள்ள ஒரு சிலரைத் தவிர பெரும்பாலான சபை உறுப்பினர்கள் மறுத்துவிட்டாலும் வாக்களியுங்கள் என்று பெட்டியைக் கொண்டு வைத்துவிட்டுப் பிறகு எண்ணி, முடிவு சொன்னபோது மெஜாரிடி வாக்குகள் கிடைத்துவிட்டதாகவே அறிவிக்கப்பட்டது.

இது அநியாயம், அக்கிரமம். நடந்திருப்பது மாபெரும் மோசடி என்று எதிர்க்கட்சிகள் அலறின. முஷரஃப் தட்டிக்கொண்டு எழுந்து போய்விட்டார்.

–

2003ம் ஆண்டின் இறுதியில் ஒரு பரிபூரண அரசியல்வாதியாக முஷரஃப் மலர்ந்தார். நம்புங்கள். டிசம்பர் 2004ல் நான் அந்தப் பதவியைத் துறந்துவிடுவேன். இது வாக்குறுதியல்ல. நமக்குள் ஓர் ஒப்பந்தம். பதிலுக்கு நீங்கள் செய்யவேண்டியது இரண்டு காரியங்கள். 1999ல் நான் புரிந்த ராணுவப் புரட்சிக்கு சட்ட அங்கீகாரம் கிடைக்க ஒத்துழைப்பு தரவேண்டும். அடுத்தது, டிசம்பர் 2004 வரை நான் பிரச்னையில்லாமல் இரண்டு பொறுப்புகளிலும் தொடர்வதற்கு நீங்கள் ஆதரவு தரவேண்டும். சம்மதமா?

MMA என்கிற ஆறு கட்சிக்கூட்டணியுடன் இவ்விதமாக ஓர் ஒப்பந்தம் செய்ய முன்வந்தார் முஷரஃப். அவர்களும் ஏற்றுக்கொண்டார்கள். என்ன கேட்கிறார்? இன்னும் ஒரு வருடம். அவ்வளவுதானே? ஒழியட்டும். அதன்பிறகாவது மனிதர் திருந்துகிறாரா பார்ப்போம்.

தொடக்கத்தில் அவரது புரட்சியை விமரிசனம் செய்து, கண்டித்து, எச்சரிக்கை செய்துகொண்டிருந்த அமெரிக்கா உள்ளிட்ட அனைத்து மேற்கத்திய தேசங்களும் அப்புறம் அதுபற்றிப் பேசுவதை நிறுத்திவிட்டன. இடைப்பட்ட காலங்களில் ஜெனரல் முஷரஃப் அமெரிக்காவுக்கு மிகவும் வேண்டப்பட்டவராக மாறிவிட்டதுதான் காரணம். செப்டெம்பர் 11. யார் மறப்பார்கள்?

2001ம் ஆண்டு செப்டம்பர் 11ம் தேதி, அமெரிக்க வர்த்தக மையக் கட்டடம் அல் காயிதா அமைப்பினரால் தாக்கப்பட்டதற்குச் சரியாக எட்டாவதுநாள் முஷாரஃப் தன் நிலையை முதல்முதலாக வெளிப்படையாக அறிவிக்க வேண்டிவந்தது. 'நானா? அவனா?' ஒரே பதிலைத்தான் கேட்டது அமெரிக்கா. முன்னதாக, அல் காயிதா அமைப்புக்கும் பின்லேடனுக்கும் ஆதரவளித்துக்கொண்டிருந்த ஆப்கானிய தாலிபன் அரசின்மீது, போர் அறிவிப்புச் செய்திருந்தது அமெரிக்கா.

முஷாரஃப் சற்றும் தயங்கவில்லை. 19ம் தேதி காலை ஆப்கன் மீதான தமது அரசின் புதிய நிலைப்பாட்டை அறிவித்தார். தாலிபன் அரசைக் கண்டித்து, அமெரிக்காவை ஆதரித்து, போரில் பங்குபெறுவதாகவும் சொன்னார். பாகிஸ்தான் அடிப்படைவாதிகளிடையே இந்த அறிவிப்பு கடும் கண்டனத்துக்கு உள்ளானதை அவர் பொருட்படுத்தவேயில்லை. அதற்கு அவசியமில்லை என்று கருதினார். ஏனெனில் உலக நாடுகள் அனைத்துமே அப்போது

அமெரிக்காவின் பின்னால் நின்றன. நடுநிலைமை வகித்த தேசங்கள்கூட வாயைப் பொத்திக்கொண்டுதான் இருந்தன இந்தியா உள்பட.

ஆகவே, குறைந்தபட்சம் குரல் அளவிலாவது உலகத்தோடு ஒட்ட ஒழுகவேண்டிய கட்டாயம் அவருக்கு இருந்தது. தவிரவும், ஆப்கன் யுத்தத்தில் பாகிஸ்தான் அமெரிக்காவுக்கு எதிரான அல்லது இரண்டுக்கும் பொதுவானதொரு வாழைப்பழ நிலை எடுத்திருக்குமானால் அமெரிக்கா வைத்திருக்கக்கூடிய முதல் செக் காஷ்மீராகத்தான் இருக்கும் என்று முஷரஃப் மிகத் தீவிரமாக நம்பினார். பனிப்போர் காலத்தில் பாகிஸ்தான் நட்புநாடு. இந்தியா எதிரி நாடு. சோவியத் ஆதரவு உள்ள நாடு. அப்போதைய சூழல் வேறு. காலம் மாறுகிறது. இந்தியா வளர்கிறது. சீனாவுக்கு அடுத்தபடி திரும்பிப் பார்க்கவைக்கிற ஆசிய தேசம். வல்லரசாகும் அத்தனை நவீன இலக்கணங்களுக்கும் பொருந்துகிற ஜாதகம். ஜனநாயகம். திறந்த பொருளாதாரம். உட்பூசல்கள் இருந்தாலும் ராணுவம் தலையிடவேண்டிய அவசியமில்லாத அரசாங்கங்கள். புதிய நூற்றாண்டில் யாரும் புறக்கணிக்கமுடியாத சாதனைகள் இந்தியாவிலிருந்து செய்யப்படும் என்று ஹைடெக் சோதிடர்கள் அடித்துச் சொல்கிறார்கள்.

அமெரிக்காவுக்குத் தெரியாதா? காஷ்மீர் விஷயத்தில் இந்தியாவுக்குச் சாதகமாக ஒருவார்த்தை உதிர்த்துவிட்டால் போதுமே? அதன்பின் பாகிஸ்தானில் அரசியல் செய்யமுடியாது. அதுகாறும் அங்கே அரசியல் பிழைத்தோர்க்கு அறமல்ல; ஆயுதமே கூற்றாகும்.

இதையெல்லாமும் உத்தேசித்துத்தான் முஷரஃப் அப்படியொரு முடிவெடுத்தார். தீவிரவாதத்துக்கு எதிரான உலகு தழுவிய அமெரிக்க யுத்தத்தில் அமெரிக்காவின் பக்கம் பாகிஸ்தான் நிற்கும்.

அதிர்ந்துபோனது பாகிஸ்தான் அடிப்படைவாதிகள் சமூகம். ஒழித்தே தீரவேண்டியவர்கள் பட்டியலில் இருந்த அனைவரையும் பின்னால் தள்ளிவிட்டு முஷரஃபின் பெயரை முதலில் எழுதினார்கள். குண்டுகள் அன்று தொடங்கி அங்கே வெடிக்க ஆரம்பித்தன. தீவிரமாக. மிகத் தீவிரமாக. மிகமிக அதிக அளவில்; ஆக்ரோஷமாக.

மறுபுறம் முஷரஃபும் மிகத் தீவிரமாகத் தான் சொன்னதைச் செயல்படுத்துவதில் இறங்கியிருந்தார். பிடிபடும் அல் காயிதா தாலிபன் தீவிரவாதிகளை அமெரிக்காவுக்கு அனுப்புவதில் பாகிஸ்தானுக்குச் சில லாபங்களும் இருந்தன. அவ்வப்போது ஒவ்வொருவர் தலைக்கும் இத்தனை லட்சம், இத்தனை கோடி என்று அமெரிக்க ராணுவமும் உளவுத்துறையும் ஏலம் விட்டுக்கொண்டல்லவா இருக்கிறது? அடுத்தடுத்த வேட்டையில் ஒவ்வொரு முகாமாக அள்ளிக்கொண்டே போனார்கள். கிட்டத்தட்ட இருநூறு மில்லியன் டாலர் அளவுக்கு இத்தகைய 'பிடித்துக் கொடுத்த' பணிக்காக பாகிஸ்தான் அரசு அன்பளிப்பு பெற்றிருக்கிறது என்று ஒரு கணக்கு இருக்கிறது. ஊர்ஜிதப்படுத்த இயலாத கணக்கு.

அடுத்து ஆப்கனிஸ்தான். அமெரிக்கக் கூட்டு ராணுவ நடவடிக்கைகள் அங்கே துரிதமடைந்துகொண்டிருந்தன. தாலிபன்களை ஒழித்தாகிவிட்டது. ஹமீத் கர்சாய் அங்கே ஆட்சிக்கு வந்துவிட்டார். ஆனால் ஒசாமா பின்லேடனும் முல்லா முஹம்மது ஓமரும் எங்கே?

கிடைத்தபாடில்லை. ஆப்கனில்தான் இருக்கிறார்கள் என்று சிலர் சொன்னார்கள். கந்தஹாரை விட்டு வெளியேற வாய்ப்பே இல்லை என்றுமுஷரஃபேசொன்னார்.அதெல்லாம்வெறும்பேச்சு.அவர்கள் பாகிஸ்தான் எல்லையில் குனார் பிராந்தியத்தில் இருக்கிறார்கள் என்றுவேறுசிலர்சொன்னார்கள். எதுவும் ஊர்ஜிதப்படுத்தமுடியாத தகவலே. உறுதியானது ஒன்றுதான். ஆப்கனிலிருந்து தப்பித்த தாலிபன்கள் பாகிஸ்தானுக்கு வந்துவிட்டிருந்தார்கள் என்பதுதான் அது.

அடைக்கலம் கொடுத்த பாகிஸ்தானியர்களுக்குத் தாலிபன்கள் செய்யக்கூடிய பதிலுதவி என்ன? நீங்கள் கிளர்ச்சிக்குத் தொடக்கம் அமையுங்கள். பக்தூன்கள் அதனை மேலெடுத்துச் செல்வார்கள். நாங்கள் உடனிருப்போம். என்ன செய்கிறார் முஷரஃப் என்று பார்த்துவிடுவோம்.

தேசமெங்கும் கலவரங்கள் நடந்தன. குண்டுகள் வெடித்தன. அமைதி குழிதோண்டிப் புதைக்கப்பட்டது.

2004ம் வருடம் வந்துவிட்டிருந்தது. அதிபராக அவர் சபையின் நம்பிக்கை வாக்கெடுப்பில் வென்றாகவேண்டிய தருணம் அது. தேசம் முழுதும் ஒரே குரலில் கேட்டது. ராணுவத் தளபதி பதவியை ராஜினாமா செய். அலுப்பாக இருந்தது முஷரஃபுக்கு. கண்டிப்பாக அவருக்கு அதில் இஷ்டமில்லை. ஒரு கம்பீரமான ராணுவத் தளபதியாக அவருக்கு இருந்த இமேஜ்தான் இதுநாள் வரை பாகிஸ்தானை வழிநடத்திச் செல்வதில் பேருதவி புரிந்திருக்கிறது என்று அவர் மனப்பூர்வமாக நம்பினார். தவிரவும் தன்னை ஒரு வெறும் சிவிலியன் அதிபராக அவரால் நினைத்துப் பார்க்கவே முடியவில்லை.

என்ன செய்யலாம் என்று யோசித்தார். ஒரு யோசனை தோன்றியது. சாட்சிக்காரர்களைவிட சண்டைக்காரர்கள் மேல். கூப்பிடு எதிர்க்கட்சிக்காரர்களை என்று சொன்னார்.

2001 செப்டெம்பருக்குப் பிறகு பாகிஸ்தான் எதிர்க்கட்சிகளிடையே ஓர் ஒற்றுமை ஏற்பட்டிருந்தது. முஷரஃபை ஒழிக்கும் விஷயத்திலான ஒற்றுமை. அவர்கள் ஒரு கூட்டணியாக அதனை அறிவித்திருந்தார்கள். *Muttahida Majlis-e-Amal* என்று அக்கூட்டணிக்குப் பெயர். சுருக்கமாக எம்.எம்.ஏ. அதன் நோக்கம், கொள்கை, கோட்பாடு அனைத்தும் ஒன்றே. முஷரஃபைப் பதவி நீக்கம் செய்யவேண்டும். ஆட்சியில் இருக்கும் அவரது ஆதரவுக் கட்சியான பாகிஸ்தான் முஸ்லிம் லீக் (க்யூ)வை வீட்டுக்கு அனுப்பிவிட்டு வேறு ஆட்சிக்கு வழிபண்ணவேண்டும்.

ஆனாலும் பரவாயில்லை, அவர்களிடமே போகலாம் என்று முஷரஃப் நினைத்ததுதான் மிகப்பெரிய ராஜதந்திரம்.

அவர்களிடம் பேசினார் முஷரஃப். தேர்தல் முடியட்டும். நான் ஜனநாயக ரீதியில் தேர்ந்தெடுக்கப்பட்ட அதிபராக என்னை ஸ்திரப்படுத்திக்கொள்கிறேன். அதன்பிறகு எனக்கு ராணுவப் பொறுப்பு அநாவசியம். டிசம்பரில் விலகிவிடுகிறேன். சம்மதம்தானே?

ஓர் ஒப்பந்தமாகவே செய்துகொண்டார். மக்கள் நம்பினார்கள். இதுதான் இறுதி. இன்னொருமுறை கண்டிப்பாக வாய்தா கேட்கமாட்டார். ஏனெனில் பெரும்பாலான எதிர்க்கட்சிகள்

ஒப்பந்தத்தில் பங்குபெற்றிருக்கின்றன. அத்தனைபேரையும் நிற்கவைத்துப் பன்னிரண்டு திருமண் சார்த்தும் துணிச்சல் கண்டிப்பாக இராது.

தேர்தலில் முஷரஃப் மிகச் சுலபமாக வெற்றி பெற்றார். 1170 எலக்டொரல் வோட்டுகளில் 658 வோட்டுகள் அவருக்குக் கிடைத்தன. ஐம்பத்தாறு சதவீத வெற்றி. போதாது? ஒரு சட்டத்திருத்தம் கொண்டுவந்து அதிபரே ராணுவத் தலைமைப் பொறுப்பிலும் இருக்கலாம் என்று சொல்லிவிட்டார். ஆளும் கட்சி. ஆளும் அதிபர். யார் என்ன செய்யமுடியும்? எதிர்க்கட்சிகள் எப்போதும்போல் அலறின. ஏமாற்றப்பட்ட எதிர்க்கட்சிகள். முஷரஃப் கண்டுகொள்ளவில்லை.

27. தொடரும் தலைவலிகள்

ஆனால் எல்லாமே வெண்ணெய் போல் வழுக்கிக்கொண்டு ஓடிவிட்டால் வாழ்வில் சுவாரசியம் ஏது? முஷரஃபுக்காக முஷரஃபால் கட்டுவிக்கப்பட்ட பாகிஸ்தான் முஸ்லிம் லீக் (க்யூ) கட்சிக்குள் குழப்பங்கள் எட்டிப்பார்க்கத் தொடங்கின. கட்சித் தலைவர் சவுத்ரி ஷூஜத் ஹுசைனுக்கும் பிரதமர் ஜஃபருல்லா கான் ஜமாலிக்கும் ஒத்துப் போகவில்லை. இதற்கெல்லாம் ஒரு காரணம் தேவையா? பொம்மைப் பதவிகள். பொம்மைப் பொறுப்புகள். எத்தனை காலத்துக்கு பல் குத்தி அரசியல் செய்துகொண்டிருக்க முடியும்? பிரதமருக்கான அதிகாரங்களை மறுபரிசீலனை செய்யவேண்டும் அதிபர் அவர்களே. நீங்கள் மனம் வைத்தால்தான் அது சாத்தியம் என்று கேட்டார் ஜமாலி.

முஷரஃப் சிரித்தார். சவுத்ரியை அழைத்தார். அதிகாரங்கள் கேட்கிறவர் ஆட்சியில் எப்படி இருக்கலாம்? நீங்கள் என்ன சொல்கிறீர்கள் சவுத்ரி?

மன்னிக்கவேண்டும் அதிபர் அவர்களே. நீங்கள் சொல்வதைக் கேட்கிற மாபெரும் அதிகாரம் இருக்கும்போது வேறெதுவும் வேண்டுமென்று எனக்குத் தோன்றவில்லை.

இதுதான் உண்மையில் நடந்தது. ஆனால் வெளியே சொல்லப்பட்ட கதை வேறு. பொருளாதார ரீதியில் அதலபாதாளத்துக்குப் போய்க்கொண்டிருந்த பாகிஸ்தானை மீட்பதற்கு ஒரு பொருளாதார வல்லுநர் பிரதமராக இருந்தால்தான் சரி என்று முஷரஃப் நினைத்ததாகப் பாகிஸ்தான் மீடியா சொன்னது.

முன்னாள் சிட்டி பேங்க் சேர்மனும் தேசத்தின் மதிப்புக்குரிய

பொருளாதார நிபுணருமான ஷவுகத் அஜிஸ் முஷரஃபின் மனத்தில் இருந்தார். ஏற்கெனவே நிதியமைச்சராக இருப்பவர். வெறும் அரசியல்வாதி ஒருவரைக் காட்டிலும் ஒரு பொருளாதார வல்லுநர் பிரதமராக இருப்பது நல்லதல்லவா?

சில பிரச்னைகள் இருந்தன. நவாஸ் ஷெரீஃபின் ஆட்சிக்காலத்தில் பாகிஸ்தான் மேற்கொண்ட அணு ஆயுதச் சோதனை. காலரைத் தூக்கிவிட்டுக்கொள்ளக்கூடிய விஷயம்தான். ஆனாலும் ஐக்கிய நாடுகள் அமைப்பும் ‘நேட்டோ’வும் பல பொருளாதாரத் தடைகளைவிதித்துவிட்டன. வெளியே சொல்லமுடியாத சுமைகள். சுமந்துகொண்டுதான் இருந்தார்கள். பின்னாளில் முஷரஃப், நவாஸின் ஆட்சியைக் கவிழ்த்துவிட்டு ராணுவ ஆட்சியை அறிமுகப்படுத்தியபோது காமன்வெல்த் கூட்டமைப்பிலிருந்து பாகிஸ்தானை விலக்கிவைத்தார்கள். இதுவும் அடி. அவமானம். பலத்த அவமானம். விளைவாக, பாகிஸ்தானுடன் வர்த்தகம் செய்யவும், பாகிஸ்தானில் முதலீடு செய்யவும் யாரும் முன்வராமல் போனார்கள்.

தெய்வமாகப் பார்த்து அமெரிக்க ஆப்கன் யுத்தத்தைப் பிச்சை போட்டது என்றுதான் சொல்லவேண்டும். முஷரஃப் அச்சமயத்தில் எடுத்த அமெரிக்க ஆதரவு நிலைபாடு ஒன்றுதான் விழுந்துகொண்டிருந்த பொருளாதாரத்தைச் சற்றே தூக்கி நிறுத்த உதவி செய்தது. குறைந்தது நூற்றைம்பது மில்லியன் டாலர்கள் உடனடியாகக் கிடைத்தன. அடுத்த ஓராண்டு காலத்துக்குள் இத்தொகை பில்லியன்களில் நடைபோடத் தொடங்கியது. கிடைத்த பணத்தை சாமர்த்தியமாக முதலீடு செய்து, பெருக்கி, நலத்திட்டங்களில் திருப்பிவிடுவதற்கு ஷவுகத் அஜிஸ் பேருதவி புரிந்தார்.

இதையெல்லாம் யோசித்துப் பார்த்தார் முஷரஃப். பிரதமரை மாற்றிவிடுவதுதான் சரி என்று அவருக்குத் தோன்றியது.

கட்சிக்குள் இது உண்டாக்கிய கசப்புணர்வுகள் அத்தனை சுலபத்தில் அடங்கக்கூடியதாக இல்லை. வெறுப்பை வெளிப்படுத்தும் விதமாக அவர்கள் ஊழல் செய்ய ஆரம்பித்தார்கள். முஷரஃப்அமெரிக்காவையும் ஆப்கன் ஜிஹாதிகளையும் கவனித்துக்கொண்டிருந்தபோது ஆட்சியில்

இருந்த அமைச்சர்களும் அதிகாரிகளும் தம்மால் இயன்ற அளவுக்கு ஜனநாயக சேவை புரியத் தொடங்கினார்கள்.

எங்கும் குரல்கள். எதிர்ப்புக் குரல்கள். முந்தைய ஜனநாயகவாதிகளின் ஆட்சிக்காலத்தில் தனி நபர்களால் ஊழல் செய்யப்பட்டது. முஷரஃப் வந்ததும் அதனை நிறுவனமயமாக்கி விட்டார். அமைப்பு ரீதியில் ஊழல். ராணுவப் பாதுகாப்புடன்.

2007. இன்னொரு தேர்தல் ஆண்டு. அசம்பாவிதங்கள் எவ்விதத்திலும் கூடாது. யார் மூலமாகவும் கூடாது. சிறந்த பின்பாட்டாளரான முஷரஃப் அப்போதும் பாடிக்கொண்டுதான் இருந்தார். கூடிய விரைவில் ராஜினாமா செய்வேன், கூடிய விரைவில் ராஜினாமா செய்வேன்.

நீதிமன்றம் நம்புகிற விதமாகத் தெரியவில்லை. தேர்தல் நெருக்கத்தில் கண்டிப்பாகச் சில அசம்பாவிதங்கள் ஏற்படும் என்று முஷரஃபுக்கு உளவுத்துறை எச்சரிக்கை விடுத்தது. ஆயிரம் பேர் உங்கள் பதவியை எதிர்த்து வழக்குத் தொடுத்திருக்கிறார்கள். தேர்தல் தேதிக்கு ஒருநாள் முன்பு அவற்றுள் ஒரு வழக்கில் தீர்ப்பு வந்துவிட்டால் போதுமானது. நீங்கள் நிற்கமுடியாது. தவிரவும் இஃப்திகார் முஹம்மது சவுத்ரியை நம்புவதற்கில்லை. நீதியின் காவலர்களுக்கு பாகிஸ்தானில் அரசு உத்தியோகம் அளிப்பது என்றைக்கும் ஆபத்தானது.

எனவே முஷரஃப் ஒரு தீர்மானத்துக்கு வந்தார். தனது பதவியைத் தவறாகப் பயன்படுத்துகிறார் தலைமை நீதிபதி. விசாரணைகள் வேண்டியிருக்கின்றன. அவருக்கு ஒத்து பாடும் வேறு சில நீதிபதிகளையும் கவனித்தாகவேண்டியிருக்கிறது. இது ஒரு தாற்காலிக நிலை. பதவி நீக்கமல்ல. சஸ்பென்ஷன்.

கொதித்துவிட்டார்கள் வழக்கறிஞர்கள். இனி செய்ய ஒன்றுமில்லை. இதுதான் ஆட்டம். இறுதியாட்டம். ஆடிவிடுவதுதான் சரி.

மார்ச் 12, 2007 முதல் பாகிஸ்தான் வழக்கறிஞர்கள் அனைவரும் தேசமெங்கும் நீதிமன்றங்களைப் புறக்கணிக்கத் தொடங்கினார்கள். கராச்சி, இஸ்லாமாபாத், குவெட்டா, லாஹூர் ஓரிடம் பாக்கியில்லை. சாலைகளெங்கும் வழக்கறிஞர்கள். கறுப்பு உடையில் கண்டன ஊர்வலங்கள்.

மீடியா ஃப்ளாஷ் செய்தது. உலகம் கவனித்தது. போராட்டம் மேலும் வலுத்தது. இடைக்கால ஏற்பாடாக உச்சநீதிமன்றத்துக்கு நியமிக்கப்பட்ட புதிய தலைமை நீதிபதி ஜாவேத் இக்பால், அச்சத்துடன் தனியே பொழுது கழிக்கவேண்டியதானது. உலகம் பாகிஸ்தானை மிகக் கூர்மையாகப் பார்க்கத் தொடங்கியபோது போராட்டம் அதன் அடுத்த பரிமாணத்தைத் தொட்டது. காவல் துறையின் அடக்குமுறைகள் அதிகரித்தன. உச்சநீதிமன்ற நீதிபதிகளும் வழக்கறிஞர்களும் சேர்ந்து முடிவு செய்தார்கள். சஸ்பெண்ட் செய்யப்பட்ட நீதிபதி இஃப்திகார் முஹம்மது சவுத்ரி மீண்டும் பதவியில் அமர்த்தப்பட்டார்.

–

நீதிமன்றம் ஒரு பக்கம் அவருக்கு எதிராகப் புரிந்துகொண்டிருந்த நற்செயல்களை மறுபுறம் லால் மசூதி காஜிகள் வேறு விதமாகச் செய்ய ஆரம்பித்தார்கள். தொழுகைக்கு வருவோரிடமெல்லாம் முஷரஃபுக்கு எதிரான பிரசாரங்கள். புனிதப் போருக்கான அழைப்பு விடுப்பு. இந்த அரசாங்கத்தைத் தூக்கி எறியுங்கள். பாகிஸ்தானை ஒரு பரிபூரண இஸ்லாமிய தேசமாக ஆக்குவோம்.

லால் மசூதி. 1965லிருந்து முல்லாக்கள் அங்கே கோட்டை கட்டி ஆட்சி புரிந்து வருகிறார்கள். ஒரு புறம் தொழுகை நடக்கும். மறுபுறம் பாடம் நடக்கும். உள்ளே ரகசியமாக ஆயுதப் பயிற்சி வகுப்புகள் நடக்கும். அக்கம்பக்கத்து தேசங்களில் இருந்து ஆயுதங்களைக் கொண்டுவந்து பதுக்கிவைப்பார்கள். எல்லைப்புற தாலிபன் முகாம்களுக்கு இங்கிருந்து சரக்குகள் போகும். அங்கிருந்து அதிதிகள் வருவார்கள். அன்பு மேலோங்க தோளோடு தோள் அணைத்து புனிதப் போருக்கு அழைப்பு விடுப்பார்கள். மௌலானா அப்துல் அஜிஸ் காஜி மற்றும் மௌலானா அப்துல் ரஷீத் காஜி. லால் மசூதியின் காவலர்கள் இவர்கள்.

ஒரு மாபெரும் உள்நாட்டு யுத்தத்தின் சரியான தொடக்கம் அது என்று முஷரஃபுக்குத் தெளிவாகத் தெரிந்துவிட்டது.

ஜூலை 3, 2007ம் ஆண்டு. லால் மசூதி வளாகத்திலிருந்து ஒரு மகளிரணி புறப்பட்டு வெளியே ஊர்வலம் போனது. அரசுக்கு எதிரான கோஷங்கள். அடக்குமுறைக்கு எதிரான குற்றச்சாட்டுகள்.

போகவேண்டாம் என்று ராணுவம் சொன்னது. நீயார் கேட்க என்று முறைத்துக்கொண்டு உள்ளிருந்து இன்னொரு படை வந்தது. இது மாணவர்கள் படை. தடுத்து நிறுத்தக் கண்ணீர்ப் புகைக் குண்டுகள்.

போதாது? பற்றிக்கொண்டது. செக்யூரிடி காவலர்களுள் ஒருவர் கொல்லப்பட விஷயம் பற்றிக்கொண்டது. இவர்கள் சுட, அவர்கள் சுட, இடைப்பட்ட சமயத்தில் ஒன்பது பேர் இறந்து விழ, அத்தனை பேரும் அப்பாவிகள் என்று அலறத் தொடங்கியது மீடியா.

உடனே முஷரஃப் மசூதி வளாகம் இருந்த வீதியில் ஊரடங்கு உத்தரவு அறிவித்தார். வெளியே தலை தெரிந்தால் சுடப்படும். நடமாட அனுமதி இல்லை. வீட்டுக்குள் முடங்குங்கள்.

குண்டுகள் வெடிக்கத் தொடங்கின. ஜூலை ஏழாம் தேதி அதிகாலை ஒரு மணிக்குத் தொடங்கி மசூதி வளாகத்தை முற்றிலுமாக நிர்மூலம் செய்யும் விதமாக அமைந்தது ராணுவத்தின் தாக்குதல். மசூதி ராணுவத்தின் கட்டுப்பாட்டுக்குள் வந்தது. தேசம் முஷரஃபின் கட்டுப்பாட்டிலிருந்து விலகத் தொடங்கிவிட்டிருந்தது.

–

முதல் கண்டனம் அல் காயிதாவிடமிருந்து வந்தது. பாகிஸ்தான் எங்கும் பல்வேறு மசூதிகளில் இருந்தும் மதரஸாக்களில் இருந்தும் உலமாக்கள் எனப்படும் மார்க்க அறிஞர்களிடமிருந்தும் கடும் கண்டனங்கள் சீறி வரத்தொடங்கின.

சமாளிக்கவே முடியாத அளவுக்கு தேசமெங்கும் குழப்பங்களும் கலவரங்களும் பெருகத் தொடங்கியிருந்தன. எத்தனை இடங்களுக்கு ராணுவத்தையும் துணை ராணுவத்தையும் அனுப்புவது?

எமர்ஜென்சிக்கு உத்தரவிடும் தீர்மானத்தில் இருந்தார் முஷரஃப். வதந்தி பரவத் தொடங்கியதுமே கராச்சி பங்குச் சந்தை தடதடவென்று சரியத் தொடங்கிவிட்டது. பாகிஸ்தானுக்குள் நுழைய முனைந்த நவாஸ் ஷெரீஃப் திருப்பி அனுப்பப்பட்டார்.

சில நாள்களிலேயே பேனசிர் வந்தார். கராச்சி அவரை குண்டு வெடித்துத்தான் வரவேற்றது. அதனை இன்னொரு தொடக்கம்

என்று சொல்லவேண்டும். பேனசிர் புட்டோவின் வருகையை எதிர்த்து வெடிக்கத் தொடங்கிய குண்டுகள் மீண்டும் தேசமெங்கும் வெடிக்க ஆரம்பித்தன. எங்கும் கலவரம். எல்லா இடங்களிலும் ராணுவம்.

நீதிக்காவலர்களின் போராட்டம் அங்கே இன்னொரு பரிமாணத்தை எட்டியிருந்தது. முஷரஃப் தேர்தலில் நிற்கக்கூடாது என்று கேட்டுத் தொடுக்கப்பட்ட வழக்குகள் நீதிமன்றத்தால் நிராகரிக்கப்பட்டன. தர்தலில் யார் வேண்டுமானாலும் நிற்கலாம். ஆனால் நாங்கள் சொன்னபின் தான் முடிவு அறிவிக்கப்படவேண்டும் என்று உச்சநீதிமன்றம் உத்தரவிட்டது.

எதிர்க்கட்சியினர் புறக்கணித்திருந்த தேர்தலில் முஷரஃபின் கூட்டணிக் கட்சிகளும் சில உதிரிகளும் மட்டுமே பங்கெடுத்தார்கள். அப்புறமென்ன? அமோக வெற்றி. ஆனால் அதிகம் சந்தோஷப்பட்டுக்கொண்டிருக்க முடியவில்லை முஷரஃபால். உச்சநீதிமன்றம் அமைதியாக இருந்தது. மிகவும் அமைதியாக. வெற்றியை எப்போது அறிவிக்கப்போகிறீர்கள் என்று கேட்டதற்குக் கிடைத்த பதில்: '2008 பிப்ரவரியில் எப்படியும் பொதுத்தேர்தல்கள் முடிவுகள் வரும்போது இதையும் சேர்த்து அறிவிக்கலாம்' என்று பதில் கிடைத்தது.

முஷரஃபுக்குப் புரிந்துவிட்டது. இதுதான் எல்லை. ஆகவே, மீண்டும் எமர்ஜென்ஸி.

28. இறந்த காலம், எதிர்காலம்

தன் பதவிக்காலம் முழுதும் அமெரிக்க நிர்ப்பந்தங்களால் மட்டுமே கட்டுண்டுகிடந்தஅதிபர்முஷரஃப். சுயமாகஅவர்புரிந்ததெல்லாம் இரண்டு செயல்கள்தான்.

1. 1999 ஆட்சிக் கவிழ்ப்பு. அவசரநிலைப் பிரகடனம்.
2. 2007 அவசரநிலைப் பிரகடனம்.

ஆனால் ஒன்றை ஒப்புக்கொள்ள வேண்டும். ஜுல்ஃபிகர் அலி புட்டோவுக்குப் பிறகு உலகம் பாகிஸ்தானைப் புகழும்விதத்தில் சில காரியங்களையாவது செய்த ஒரே தலைவர் பர்வேஸ் முஷரஃப்தான். மிக மோசமான, அதலபாதாள நிலையில் இருந்த தேசப் பொருளாதாரத்தைப் படாதபாடு பட்டு, ஓரளவாவது உயர்த்தி, நிமிர்த்தி உட்காரவைத்தவர் அவர்.

இந்தியாவும் அணுகுண்டுப் பரிசோதனை செய்தது. அமெரிக்கக் கண்டனம் இந்தியாவுக்கும் இருந்தது. சில பொருளாதாரத் தடைகளும்.

ஆனால் அது நம்மை பாதித்ததில்லை. அல்லது பாதிக்க நாம் அனுமதிக்கவில்லை. நமது தேசத்தின் கட்டமைப்பு அப்படிப்பட்டது. அமெரிக்கத் தடை நமது வாழ்க்கை முறையை பாதிக்கும் என்பதை நம்மால் எண்ணிப் பார்க்கக்கூட முடியாது. வளர்ந்திருக்கிறோம் என்பது காரணம். மேலும் வளர்ந்துகொண்டிருக்கிறோம் என்பது காரணம்.

பாகிஸ்தானின் நிலைமை அப்படிப்பட்டதல்ல. ஏற்றுமதிக்கு அதிகச் சரக்குகள் இல்லாத தேசம், பெரும்பாலும்

இறக்குமதிகளில் ஜீவித்துக்கொண்டிருக்கும் மக்கள். அரசாங்கம் செயல்படவேண்டுமானால் தவணை தவறாமல் அமெரிக்காவிலிருந்து நிதியுதவி வந்துகொண்டே இருந்தாக வேண்டும். அமெரிக்கா மட்டுமல்ல. வேறு பல ஐரோப்பிய தேசங்களின் உதவிகளும் பாகிஸ்தானுக்கு உண்டு. ஐ.நாவும் உலக வங்கியும்வண்டிவண்டியாகஉதவிகள்செய்துகொண்டிருக்கின்றன. அது இல்லாமல் அங்கே முடியாது.

தொடரும் ஸ்திரமற்ற அரசியல் சூழல் அவர்களை அப்படியாக்கி வைத்துவிட்டது. முஷரஃப் என்ன செய்துவிட முடியும்?

சில முயற்சிகள் செய்து பார்த்தார். விவசாயத்தை நவீனப்படுத்தி, நீர் ஆதாரங்களை வீணாக்காமல் சேமித்துப் பயன்படுத்த ஏராள/ மான திட்டங்களை அவர் அறிமுகப்படுத்தினார். நெசவுத்தொழி/ லுக்கு நிறைய உதவிகள் செய்யப்பட்டன. கிராமப்புறங்களில் வீட்டுக்கொரு தறி என்றொரு திட்டம் முஷரஃப் காலத்தில் அறிமுகப்படுத்தப்பட்டது. குறுங்கடன் வசதிகள் கிடைக்கத் தொடங்கின. நகர்ப்புற மேம்பாடு, சாலை வசதிகள், தடையற்ற குடிநீர் எல்லாம், எல்லாமே அவர் கவனத்துக்கு உட்பட்டுத்தான் இருந்தன. கூடியவரை ஊழல் புகாமல் மக்கள் பணிகள் நடைபெறவேண்டும் என்றுதான் விரும்பினார்.

ஆனால் சந்தர்ப்பங்கள் அவருக்கு முற்றிலும் எதிராக இருந்தன. பதவிக்கு வந்த மறு ஆண்டே தொடங்கிவிட்ட அமெரிக்க ஆப்கன் யுத்தத்தில் பாகிஸ்தான் ஒரு நல்ல பகடைக் காயாக உருட்டி விளையாடப்பட்டுவிட்டதில், தொடங்கிய பல திட்டங்கள் இருந்த இடம் தெரியாமல் போய்விட்டன.

தொடக்கத்திலிருந்தே பாகிஸ்தான் மக்களிடம் ஒரு குணம் உண்டு. ஜனநாயக ரீதியில் அவர்கள் பிரதமர்களைத் தேர்ந்தெடுக்க மிகவும் விரும்புவார்கள். ஆட்சிக்கு வந்ததும் அலுத்துவிடும். ராணுவம் வந்து ஆட்சியைக்கலைக்காதா என்று பழிகிடப்பார்கள். அப்படியே ராணுவம் வந்து கலைக்கும். ராணுவ ஆட்சி வரும். முதலில் ஆதரிப்பார்கள். பிறகு மீண்டும் சோர்ந்துவிடுவார்கள். மீண்டும் ஜனநாயகக் கனவுகள்.

*1948*ம் ஆண்டு பாகிஸ்தானின் முதல் கவர்னர் ஜெனரலும் தேசப்பிதாவுமான முஹம்மது அலி ஜின்னா மறைந்த தினத்திலிருந்து இதுதான் வழக்கம்.

மக்களை மட்டும் குறை சொல்லிவிட முடியாது. ஆட்சியாளர்களின் லட்சணமும் அப்படித்தான் இருந்துவந்திருக்கிறது. ஊழல். கணக்கு வழக்கில்லாமல் ஊழல். சற்றும் மனச்சாட்சியில்லாமல், ஆத்மசுத்தியுடன் செய்யப்பட்டு வந்திருக்கும் எண்ணற்ற ஊழல்கள்.

பாகிஸ்தான் ஒரு ஏழை நாடு என்பதில் சந்தேகமில்லை. ஆனால் பாகிஸ்தான் அரசியல்வாதிகள் யாரும் ஏழைகள் இல்லை. மக்களைச் சுரண்டுவதில் பரமானந்தம் உண்டு அவர்களுக்கு. காலம் மாறும், காலம் மாறும் என்று அறுபது ஆண்டுகளாகக் காத்திருக்கிறார்கள் அவர்கள். ஆட்சிகள் மட்டுமே மாறி வந்திருக்கின்றன.

–

பாகிஸ்தான் மக்கள் இத்தனை மோசமான ஒரு சூழ்நிலையை இதற்குமுன் சந்தித்ததில்லை. படுகொலைகள் நிகழ்ந்திருக்கின்றன. கலவரங்களுக்கும் குண்டுவெடிப்புகளுக்கும் குறைச்சலே இருந்ததில்லை. ராணுவ ஆட்சியாளர்களின் லீலைகள் அவர்களுக்குப் புதிதுமல்ல. ஆனால் 2007ல் மட்டும் பாகிஸ்தானில் நிகழ்ந்திருக்கும் மொத்த சம்பவங்களையும் தொகுத்துப் பார்த்தால், மிகுந்த மலைப்பு ஏற்படும். அச்சமும்.

நவம்பர் 3ம் தேதி முஷரஃப் நெருக்கடி நிலை பிரகடனம் செய்ததுதான் உச்சக்கட்டக் காட்சிகளின் தொடக்கமாக இருந்தது. ஆனால் அமெரிக்க மிரட்டல்களின் காரணத்தால் ஒரே மாதத்தில் அவர் அதனை நீக்கிவிட்டு, தனது ராணுவப் பதவியையும் உதறிவிட்டு சிவிலியன் அதிபராகி, வெளிநாடுகளில் இருந்த பேனசிரையும் நவாஸ் ஷெரீஃபையும் உள்ளே வரவிட்டபோது எல்லாம் சரியாகிவிடும் என்றுதான் எல்லோரும் எதிர்பார்த்தார்கள்.

இல்லை. சரியாகவில்லை. துபாயிலிருந்து பேனசிர் வந்திறங்கிய அன்றே குண்டு வெடித்தது. பாகிஸ்தானின் வட மேற்கு எல்லைப்புற மாகாணத்தில் வந்து கூடாரமடித்திருக்கிற தாலிபன்கள். மிகத் தீவிரமாக ஓர் உள்நாட்டு யுத்தத்துக்கு ஏற்பாடு செய்துகொண்டிருக்கும் தாலிபன்கள்.

தாலிபன்களுக்கு பேனசிர் மீது என்ன கோபம் என்பதில்லை இங்கே முக்கியம். பொதுவாக அவர்கள் பாகிஸ்தான் அரசியலில் ஒரு மாறுதலை உத்தேசித்திருக்கிறார்கள் என்பதுதான் முக்கியம்.

முஷரஃப், பேனசிர், நவாஸ் போன்ற பெயர்கள் முக்கியமே இல்லை. மாற்றி மாற்றி இவர்கள் ஆண்டு என்ன சாதித்திருக்கிறது பாகிஸ்தான்?

தன் ஆட்சிக்காலத்தில் மூன்று முறை எமர்ஜென்சி அறிவித்த சாதனையாளராக முஷரஃப் நினைவுகூரப்படுவது சற்று துரதிருஷ்டம்தான். ஒரு கணக்குப் போட்டுத்தான் அவர் பேனசிரை பாகிஸ்தானுக்குத் திரும்ப வரவழைத்திருந்தார். தேர்தல் கூட்டணி. தனது ஜனநாயக தாகத்தை வெளிக்காட்ட ஒரு வாய்ப்பாக அது இருக்கும் என்று அவர் கருதினார். நவாஸ் ஷெரீஃபை அவரால் ஏற்கமுடியாது. வாய்ப்பே இல்லை.

தான் மறுபடியும் அதிபரானதும் முதல் காரியமாக தளபதி பதவியிலிருந்து விலகிவிடுவேன் என்று சத்தியம் செய்துவிட்டுத்தான் தேர்தலுக்கு நின்றார் முஷரஃப். ராணுவத் துணைத் தளபதி அஃஷ்பக் கயானி (அண்டணூச்ணு ஓச்தூச்ணடி) என்பவரை தனக்கடுத்த தளபதி என்று அறிவித்தார்.

பேனசிரின் பழைய பிழைகளை மறந்து, மன்னித்து அவர் வரவேற்றதன் காரணமே இதுதான். தொடக்கத்தில் இதற்கு அமெரிக்க அரசின் ஆதரவும் இருந்தது. ஆனால் நவம்பர் எமர்ஜென்சிக்குப் பிறகு பாகிஸ்தானில் நிகழ்ந்த கலவரங்களும் முஷரஃப் மீது மக்கள் கொண்டிருக்கும் தீர்க்கமுடியாத அதிருப்தியும் அமெரிக்காவை மிகவும் யோசிக்கவைத்துவிட்டன. பேனசிர் பிரதமரானாலும் முஷரஃப் அரசியலில் இருக்கக்கூடாது, கண்டிப்பாக நிலையான ஆட்சிக்கு அது குந்தகம் என்று நினைத்துவிட்டார்கள். அமெரிக்கா தன் கண்ணசைவை இடம் மாற்றிச் செய்தது. விளைவாக ஜனவரி தேர்தலில் பேனசிரும் நவாஸும் கூட்டணி வைத்தார்கள்.

முஷரஃபுக்கு இது அதிர்ச்சிதான். கண்டிப்பாகப் பெரிய அதிர்ச்சிதான். இருவருடைய கட்சிகளுமே பாகிஸ்தானில் செல்வாக்கு உள்ளவை. உள்ளவற்றிலேயே பெரிய கட்சிகளும் கூட. கண்டிப்பாக ஜெயித்தும் விடும். இந்த பேனசிர் கடைசி நேரத்தில் இப்படிக் கழுத்தறுத்துவிட்டாரே என்று முஷரஃப் பல்லைக் கடித்திருப்பார், அவசியம். ஆனால் செய்வதற்கு ஒன்றுமில்லை. அந்தக் கோபத்தில்தான் அவர் பேனசிரைத் தீர்த்துக்கட்ட ராணுவத்தின் மூலம் அல்லது உளவுத் துறையின்

மூலம் ஒரு தற்கொலைத் தாக்குதலுக்கு ஏற்பாடு செய்திருப்பார் என்பது பெரும்பாலான பாகிஸ்தானியர்களின் சந்தேகம். நவாஸ் ஷெரீஃப், ஆசிப் அலி சர்தாரி, இம்ரான் கான் என்று தொடங்கி, ஒருத்தர் விடாமல் அத்தனைப் பேரும் சூடம் அணைத்து சத்தியம் செய்தார்கள். கொன்றது முஷாரஃப்.

தன்னோடு கூட்டணி என்றிருந்த வரை பேனசிருக்குச் சிறப்பான பாதுகாப்பு ஏற்பாடுகள் செய்துகொடுத்திருந்த முஷாரஃப், அவர் நவாஸுடன் கூட்டணி வைத்துவிட்டார் என்பது தெரிந்ததும் அரசுத்தரப்புப் பாதுகாப்புகளைஅம்போவென்று நிறுத்திவிட்டார். எவ்விதப் பாதுகாப்பு வளையங்களும் இல்லாமல்தான் அவர் பொதுக் கூட்டங்களில் கலந்துகொண்டிருந்தார். ராவல்பிண்டி கூட்டமும் அப்படி நடந்ததுதான். கூட்டம் முடியும்வரை எந்த அசம்பாவிதமும் இல்லை. முடித்துவிட்டு அவர் வெளியே வந்து வாகனத்தில் ஏறும்போதுதான் சுட்டார்கள். இரண்டு குண்டுகள். கழுத்தில் ஒன்று. தலையில் ஒன்று.

சத்தம் கேட்டு கூட்டம் பதறியடித்து முந்தியபோது இடுப்பில் தயாராகக் கட்டிவந்த வெடிகுண்டை வெடிக்கச் செய்து கூடுதலாக இருபது பேரையும் கொன்றுவிட்டு அந்த யாரோ ஒருவன் இறந்து போனான்.

பேனசிரை மருத்துவமனைக்கு எடுத்துச் சென்றதுகூட ஒரு சம்பிரதாயம் கருதித்தான். உண்மையில் அவர் தலத்திலேயே இறந்துவிட்டார் என்றது பாகிஸ்தான் மீடியா. யாரும் எதிர்பாராதது. ஆனால் எதிர்பார்க்க இயலாதது என்று சொல்ல முடியாது.

லியாகத் அலிகான், ஜுல்ஃபிகர் அலி புட்டோ ஆகிய இருவரின் படுகொலைகளுக்குப் பிறகு பாகிஸ்தானியர்களை மிக அதிகம் உலுக்கியிருக்கும் படுகொலை, பேனசிருடையது. எண்ணற்ற ஊழல்களும் தாலிபன்களை வளர்த்து உருவாக்கியதும் அவர் செய்த இரு பெரும் பிழைகள். இரண்டையுமே மக்கள் மறந்துவிடத் தயாராகத்தான் இருந்தார்கள். திட்டமிட்டபடி ஜனவரி 2008 தேர்தலில் அவர் பங்குபெற்றிருப்பாரேயானால் கண்டிப்பாக வெற்றி கண்டிருப்பார் என்றன கருத்துக் கணிப்புகள்.

நடந்த படுகொலைக்குத் தாலிபன்கள்தான் காரணமா, அல்லது பாகிஸ்தான் ராணுவமேதானா என்பதற்கான விடை மட்டும்

வரப்போவதில்லை. அப்போதைக்கு அல் காயிதா என்று சொல்லி வைத்தார்கள்.

–

மார்ச் 23, 2008 அன்று அவசர நிலைப் பிரகடனத்தைத் திரும்பப் பெற்றுக்கொண்டார் முஷாரஃப். பேனசிரின் பதாகையைத் தாங்கியபடி பிரசாரம் செய்யத் தொடங்கினார் ஆசிப் அலி சர்தாரி. ஒரு பக்க முஷாரஃப்புக்கு எதிராகக் கொந்தளிப்பு அலை. மற்றொரு பக்கம் பேனசிர் ஆதரவு அலை. காற்றுள்ள போதே தூற்றிக்கொண்டார் நவாஸ் ஷெரீஃப். நண்பா சுகமா என்று புன்முறுவலுடன் சர்தாரியுடன் கைகுலுக்கிக் கொண்டார். ஜூன் 2008 நடைபெற்ற தேர்தலில் இந்த இருவர் கூட்டணி முஷாரஃப்பைப் பின்னுக்குத் தள்ளியது.

இனி முஷாரஃப் தேவையில்லை என்றனர் இருவரும். இனி முஷாரஃப் தேவையில்லை என்றது பாகிஸ்தான். வேறு வழியின்றி இனி பாகிஸ்தான் எனக்குத் தேவையில்லை என்றார் முஷாரஃப்.

ஆகஸ்ட் 15, 2008. தலைக்குப் பின்னால் ஜின்னாவின் புகைப்படம். மேசை மீது தேசியக் கொடி. கையோடு எழுதிக் கொண்டுவந்திருந்த கடிதத்தை உணர்ச்சிகள் அற்ற தொனியில் வார்த்தை வார்த்தையாக வெளிப்படுத்தினார் முஷாரஃப். நான் ராஜினாமா செய்கிறேன்.

ஒரு மாதம்கூடப் பூர்த்தியாகவில்லை. செப்டெம்பர் 9, 2008 அன்று ஆசிஃப் அலி சர்தாரி புதிய அதிபராகப் பதவியேற்றுக்கொண்டார். ஊழல் குற்றச்சாட்டுகள் சுமத்தப்பட்டு, 11 ஆண்டுகள் சிறையில் கழித்த அதே சர்தாரி. பத்து பர்சண்ட் கமிஷன் புகழ் சர்தாரி. புன்னகையுடன் பாகிஸ்தான் மீடியாவுக்குப் பேட்டி தந்தார். இதோ, இன்னும் சில வினாடிகளில் பாகிஸ்தானில் ஜனநாயகம் தழைக்கப் போகிறது. பேனசிரின் கனவுகள் நனவாகப் போகின்றன.

இதற்கும் மக்கள் கைதட்டினார்கள். வேறு வழியில்லை. கைதட்டி மகிழவும் கைகட்டி வாழவும் தெரிந்திருக்க வேண்டியது அங்கே எப்போதும் அவசியமானது.

–

www.ingramcontent.com/pod-product-compliance
Ingram Content Group UK Ltd.
Pitfield, Milton Keynes, MK11 3LW, UK
UKHW042018190726
13854UKWH00005B/2353